AF518489

ഗ്രീൻ ബുക്സ്

# സ്ട്രോബെറികൾ പൂക്കുമ്പോൾ

## കനേഡിയൻ ജീവിതത്തിന്റെ മാധുര്യവും പുളിപ്പും

**നിർമ്മല**

എറണാകുളത്തിനടുത്ത് കളമശ്ശേരിയിൽ ജനനം.
ഇരുപത് വർഷമായി കാനഡയിൽ. സീനിയർ കമ്പ്യൂട്ടർ
പ്രോഗ്രാമർ/അനലിസ്റ്റായി പ്രവർത്തിക്കുന്നു.
2002ലെ തകഴി പുരസ്കാരം, പോഞ്ഞിക്കര റാഫി
പുരസ്കാരം എന്നിവ ലഭിച്ചിട്ടുണ്ട്.

കൃതികൾ: *ആദ്യത്തെ പത്ത്, നിങ്ങളെന്നെ ഫെമിനിസ്റ്റാക്കി.*

ഭർത്താവ്: ചെറിയാൻ തോമസ്. മക്കൾ: കിരൺ, ഡെവൻ.

Address: 107 Lowinger Avenue, Ancaster,
Ontario, L9K IP9, Canada. Tel: 001-905-304-9253
Email: nirmalat@canada.com

അനുഭവം

# സ്ട്രോബെറികൾ പൂക്കുമ്പോൾ

കനേഡിയൻ ജീവിതത്തിന്റെ മാധുര്യവും പുളിപ്പും

**നിർമ്മല**

ഗ്രീൻ ബുക്സ്

green books private limited
gb building, civil lane road, ayyanthole,
thrissur- 680 003, kerala, ph: +91 487-2381066, 2381039
website: www.greenbooksindia.com
e-mail: info@greenbooksindia.com

*malayalam*
**strawberrykal pookkumpol**
*experience*
*by*
nirmala

published august 2008
reprinted march 2021


cover design : godfreydas

branches:
thrissur 0487-2422515
thiruvananthapuram 0471-2335301
calicut 0495 4854662

isbn : 978-81-8423-116-8

---



GBPL/262/2008

# മുഖക്കുറി

ഒരു പ്രവാസിയുടെ ഗൃഹാതുരത്വത്തിലാണ് നിർമ്മലയുടെ മനസ്സും അലയുന്നത്. പറിച്ചുനട്ട ഒരു ജീവിതത്തിന്റെ വിഷാദമധുരമായ ഒരു സിംഫണി ഈ പുസ്തകത്തിലുട നീളം ഉയരുന്നുണ്ട്. അസ്വസ്ഥതയുടെ ഈ മർമ്മരം വിരസ മാകുമോ എന്ന സന്ദേഹം അവർ ഉള്ളിലൊതുക്കുന്നു; എന്നിട്ട് താൻ പറയുന്നത് ഒരു പഞ്ചസാര ഭരണിയിലെ ചില പ്രകമ്പനങ്ങൾ മാത്രമാണ് എന്ന് നടിക്കുന്നു. എഴുത്തു കാരിയെ സംബന്ധിച്ചിടത്തോളം കാനഡയിലെ ജീവിത ത്തിന്റെ ഓരോ ഇതളും വിരിയുന്നത് കേരളീയമായ ഓർമ്മ കളിലൂടെയാണ്. അന്യമായ ഭൂമിശാസ്ത്രത്തിന്റെ തണുപ്പി ലുറഞ്ഞുപോയ ജീവിതത്തിന് ചൂടും വെളിച്ചവും പകരുന്ന താണ് ഈ സ്മരണകൾ. പകുതി മലയാളവും പകുതി ഇംഗ്ലീഷും മൊഴിയുന്ന തന്റെ തലമുറയ്ക്കു പകരാൻ തക്കവണ്ണം തനിക്കെന്താണ് നല്കുവാനുള്ളതെന്ന ആത്മ വിമർശനവും ഈ കൃതി ഉൾക്കൊള്ളുന്നു. സ്ട്രോബറികളും ചെറിമരങ്ങളും നിറഞ്ഞ ഒരു ഭൂപ്രകൃതിയിലിരുന്ന് അത്ത പ്പൂക്കളവും ഓണസ്സദ്യയും തീർക്കുന്ന ഈ പുസ്തക ത്താളുകൾ ഹൃദ്യമാണ്. പക്ഷേ, ഒരു ചോദ്യം അവശേഷി ക്കുന്നു. പുതിയ തലമുറയ്ക്ക് ഈ ഗൃഹാതുരത്വം ഏറ്റു വാങ്ങാനാകുമോ?

**കൃഷ്ണദാസ്**
*മാനേജിങ് എഡിറ്റർ*

## സമർപ്പണം

ഉണ്ണിക്ക്,
കുഞ്ഞുണ്ണിക്ക്

അവതാരിക
**ഗൃഹാതുരത്വത്തിന്റെ അയവിറക്കൽ** 09
പി. വത്സല

ഭാഗം 1
**ചരിത്രം, ഭൂമിശാസ്ത്രം, രാഷ്ട്രീയം**
കുടിയേറ്റക്കാരന്റെ കാനഡ 15
സെപ്തംബർ പതിനൊന്നു മുതൽ
നവംബർ പതിനൊന്നു വരെ 20
സ്ട്രോബറികൾ പൂക്കുമ്പോൾ 23
കാനഡയുടെ കാപ്പി 26

ഭാഗം 2
**കനേഡിയൻ ദിനസരികൾ**
വെളുവെളുത്ത ജനുവരി 31
വാലൻന്റൈൻ ദിനങ്ങളും വിന്റർബ്ലൂസും 35
മേപ്പിൾമരത്തിലെ ഗന്ധർവ്വന്മാർ 40
പൂക്കളുടെ പുനരുത്ഥാനം 45
കിളികളും പൂക്കളും അണ്ണാറക്കണ്ണന്മാരും 50
ജലച്ചാർത്തുകളുടെ മർമ്മരങ്ങൾ 55
ഒഴിവുകാലത്തിന്റെ ആഹ്ലാദം 60
ആണത്തമുള്ള ഓണം 65
കനേഡിയൻ വനവാസവും അത്തപ്പൂക്കളവും 69
ഗൃഹാതുരത്വത്തിന്റെ ജനൽക്കാഴ്ചകൾ 75
വർണ്ണപ്പകിട്ടുള്ള ശരത്ക്കാലം 81
കമണ്ഡലുക്കാലം 86
ശിശിരത്തിലെ ക്രിസ്മസ് 90

ഭാഗം 3
**പ്രവാസിയുടെ കാല്പാടുകൾ**
1. നിശ്ശബ്ദതയുടെ താഴ്‌വര 97
2. എനിക്കും ഒരു പൂങ്കാവനം 102

അവതാരിക

# ഗൃഹാതുരത്വത്തിന്റെ അയവിറക്കൽ

പി. വത്സല

ഒരാൾ യാത്ര ചെയ്യുമ്പോൾ പുതിയ ജനങ്ങളെയും സംസ്കാരത്തെയും അനുഭവങ്ങളെയും നേരിട്ടറിയുന്നു. മറിച്ച് ഒരു അനുഭവം വായിക്കുമ്പോൾ തുല്യമനസ്കയായ ഒരാളുടെ കഥകൾ നേരിട്ടു കേൾക്കുകയാണ്. ഇവിടെ നിർമ്മല ഒരു യാത്രക്കാരിയല്ല. പ്രവാസിയാണ്. പ്രവാസി മറ്റൊരു രാജ്യത്തെ ജീവിതംകൊണ്ട് വരിച്ച ഒരാളാണ്. അങ്ങനെ വരുമ്പോൾ ഒരു രണ്ടാംവീട്ടിൽ ഇരുന്നുകൊണ്ട് ഗൃഹാതുരത അയവിറക്കുന്ന പ്രക്രിയയ്ക്കു മുൻതൂക്കം വരുന്നു. ഇവിടെ പുതിയ നാടിന്റെ പുതിയ അനുഭവങ്ങൾ ചിത്രത്തെ പുതുമയുള്ളതാക്കിത്തീർക്കുന്നു. അതുകൊണ്ട് ഒരു യാത്രികയുടെ അനുഭവക്കുറിപ്പുകളേക്കാൾ മറ്റൊരു തലത്തിൽ നിന്നുകൊണ്ട് വായനക്കാർക്ക് അനുഭവങ്ങൾ പങ്കിടാൻ കഴിയുന്നു. നിർമ്മല വർഷങ്ങളായി കാനഡയെ തന്റെ രണ്ടാം രാജ്യമായി വേട്ടിരിക്കുന്നു. ചിലപ്പോൾ ഈ അനുഭവത്തിൽ വിവാഹത്തിനു ശേഷം ഭർത്തൃവീട്ടിലേക്കു വീടു പറിച്ചു നടപ്പെടുന്ന ഒരു പെൺകുട്ടിയുടെ ദുഃഖങ്ങളും വേവലാതികളും പുതുമകളും പൂർവകാല ചിന്തകളും ഒക്കെ വ്യക്തമായി തെളിയുന്നു.

കാനഡ ഇന്ത്യക്കാർക്ക് ഒരു സ്വപ്നഭൂമിയൊന്നും അല്ലായിരുന്നു. കാരണം നമ്മുടേതിൽനിന്നു തികച്ചും വിപരീതമായ കാലാവസ്ഥയും സംസ്കാരവുമാണ് അവിടെയുള്ളത്. ഇവിടെ രാത്രിയായിരിക്കുമ്പോൾ അവിടെ പകലായിരിക്കും എന്നതുപോലുള്ള വ്യത്യാസം. അത് അത്ര ലഘുവായ ഒരു വ്യത്യാസം അല്ല. കാലാവസ്ഥയും പ്രകൃതിയുമാണ് മനുഷ്യചിന്തയേയും സംസ്കാരത്തേയും രൂപപ്പെടുത്തുന്നത്. രണ്ട് വിഭിന്ന സംസ്കാരങ്ങൾക്ക് ഇടയിലുള്ള ഒരു നിലനില്പ് ഈ കൃതിയിൽ ഉടനീളെ

കാണാൻ പറ്റും. ഒരു ജീവിതത്തെ നിർമ്മിക്കുന്നത് ഒരാളുടെ വ്യക്തിഗതമായ അഭിരുചികളും അഭിലാഷങ്ങളും നിറഞ്ഞ മനസ്സാണ്. ചിലപ്പോൾ നമുക്ക് പുതിയ തോട്ടത്തിലെ മികച്ച ഒരു ചെടിയായി വളരാൻ കഴിഞ്ഞില്ലെന്നു വരാം. എന്നാലും മൊത്തം കാലാവസ്ഥയോടു പതുക്കെ പതുക്കെ പൊരുത്തപ്പെട്ടു പോവുകയും ചെയ്യും. ഈ രചനയിൽ ലേഖിക ഒരിടത്ത് ഇങ്ങനെ പറയുന്നു: "അമ്മമാരുടെ വേരുകളിൽനിന്ന് അകന്നുപോന്ന പുതുജീവിതം എനിക്കു സഹ്യമായിരിക്കുന്നത് ഉണ്ണികളുടെ സാന്നിദ്ധ്യത്താലാണ്. ഈ ഒരവസ്ഥയെ കുറഞ്ഞും ഏറിയും ലോകത്തിലെ എല്ലാ മനുഷ്യരും, പ്രത്യേകിച്ച് സ്ത്രീകൾ അനുഭവിക്കുന്നുണ്ട്. കേരളത്തിന്റെ നിത്യസുഖപ്രദമായ കാലാവസ്ഥയിൽനിന്ന് കൊടുംതണുപ്പിന്റെയും ചെറിയ വേനലുകളുടെയും കാലാവസ്ഥയിലേക്ക് മാറിയപ്പോഴുണ്ടായ അനുഭവങ്ങളെ നിർമ്മല ശരിക്കും വേർതിരിച്ച് എഴുതുന്നുണ്ട്.

സത്യത്തിൽ മാനവജീവിതം ആഗോളമായിക്കൊണ്ടിരിക്കയാണ്. കുറേയധികം ആളുകൾക്ക് സ്വന്തം വീട്, ഗ്രാമം, നാട്, സ്വന്തം പുഴകൾ, സമുദ്രങ്ങൾ, പർവതങ്ങൾ എന്നിങ്ങനെ ചിന്തിച്ചുകൊണ്ടിരിക്കാൻ പറ്റാത്ത ഒരു അവസ്ഥയിലേക്കാണ് മനുഷ്യവ്യവസ്ഥ നീങ്ങിക്കൊണ്ടിരിക്കുന്നത്. പൊരുത്തപ്പെട്ടു ജീവിക്കുക എന്ന ഒരു അവസ്ഥയാണ് എപ്പോഴും അഭികാമ്യം. എന്നാലും ഒരു ചെറിയ സ്വപ്നം പോലെ അമേരിക്കൻ വൻകരയിലെ മലയാളികൾ പ്രത്യേകിച്ച് സ്ത്രീകൾ നാട്ടിൽനിന്ന് ഒരു കരിവേപ്പിൻതൈ കൊണ്ടുവന്ന് ചട്ടിയിൽ നട്ടുപിടിപ്പിക്കാൻ തപസ്സു ചെയ്യുന്നതു ഞാൻ കണ്ടിട്ടുണ്ട്. ഇവിടെ അവർ ആ കറിവേപ്പില ഉപയോഗിക്കുന്നില്ല. മറിച്ച് ചെടി കൊല്ലത്തിൽ ഏറിയ മാസങ്ങളിലും ചൂളിപ്പിടിച്ച് ജീവനെ പൊത്തിപ്പിടിച്ച് കഠിന തപസ്സിൽ ഏർപ്പെട്ടിരിക്കുകയാണ്. വീട്ടമ്മ എത്ര ചൂടു നല്കിയാലും അത് നമ്മുടെ ചൂടാവുകയില്ല. ഇതുതന്നെയാണ് ഗൃഹാതുരതയുടെ അടിസ്ഥാന തത്ത്വം. രണ്ടാംതലമുറയിലേക്കു വരുമ്പോൾ ഗൃഹാതുരതയ്ക്ക് സ്ഥാനമേ ഉണ്ടാകുന്നില്ല. മക്കൾ മറ്റൊരു നാടിന്റെ മുകുളങ്ങളായി വളരുകയാണ്. അവിടുത്തെ മഞ്ഞും മഴയും പൂക്കളും ഉത്സവങ്ങളും അവർ സ്വന്തമാക്കുന്നു. സ്വന്തം അച്ഛനമ്മമാരെ വെറും ദൂതന്മാരായി മാത്രമെ അവർക്കു കാണാനൊക്കുകയുള്ളൂ. ഇങ്ങനെയെല്ലാമാണെങ്കിലും വിപരീത സാഹചര്യങ്ങളുമായി പൊരുത്തപ്പെട്ടുപോകാൻ മലയാളിക്കു സ്വതസ്സിദ്ധമായ വലിയ കഴിവുകൾ ഉണ്ട്. ഏതു പാറപ്പുറത്തും തരിശിലും ഭൂമിയിലും

ജലത്തിലും മലയാളി വേരു പിടിപ്പിക്കുന്നു. അന്യനാട്ടിൽ അനുഭവിക്കുന്ന ഓണാഘോഷവും കടുമാങ്ങാക്കറിയും പൊടിയരിക്കഞ്ഞിയും വീട്ടിനകത്തെ ഊഞ്ഞാലും ഉമ്മറത്തെ കറിവേപ്പിൻതൈയും തുണിപ്പെട്ടിയിൽ മരിച്ചിട്ടും മരിക്കാതെ കിടക്കുന്ന ഇലഞ്ഞിപ്പൂമാലയും എല്ലാം മലയാളിക്കു പൈതൃകത്തിന്റെ ഡി.എൻ.എ. ആയി മാറ്റുന്നു.

നിർമ്മലയുടെ ഭാഷ അതീവ ചടുലവും ഹാസ്യാത്മകവുമാണ്. ഏറ്റവും വലിയ ദുഃഖാനുഭവങ്ങൾ ഉള്ള മനസ്സിലാണ് ഹാസ്യത്തിന്റെ പൂക്കൾ വിരിയുന്നത്. നാട്ടിൽ ജീവിച്ചിരിക്കുന്ന മലയാളി ചിരിക്കാനേ മറന്നുപോയി. അതുകൊണ്ടുതന്നെ നമ്മുടെ കൃതികളിലൊന്നും നർമ്മബോധം കണ്ടെത്താനാകുന്നില്ല. നിർമ്മലയുടെ നർമ്മബോധം അവർക്കൊരു രക്ഷാകവചം നല്കുന്നുണ്ട്. മലയാളവും ഇംഗ്ലീഷും ഇടകലർത്തി കുഞ്ഞുങ്ങൾ സ്വാഭാവികമായ ഒരു ഭാഷ ഉണ്ടാക്കിയെടുത്തിരിക്കുന്നു. അങ്ങനെ ചിരിച്ചും കരഞ്ഞും വികാരങ്ങളെ സമരസപ്പെടുത്താൻ പറ്റിയ ഒരു നിലപാടാണ് ഈ എഴുത്തുകാരി ഉടനീളം ഉപയോഗിച്ചിരിക്കുന്നത്. നമ്മുടെ പ്രവാസകൃതികളിൽ പലതുകൊണ്ടും ശ്രദ്ധേയമാണ് ഈ പുസ്തകം. അവൾ പെണ്ണെഴുത്തിന്റെ സമസ്യകളിൽക്കൂടി സഞ്ചരിക്കുന്ന ഒരു കഥാകാരിയായും ഇതിനുമുൻപ് പ്രത്യക്ഷപ്പെട്ടിട്ടുണ്ട്.

■

ഭാഗം ഒന്ന്

# ചരിത്രം, ഭൂമിശാസ്ത്രം, രാഷ്ട്രീയം

ഒന്ന്

# കുടിയേറ്റക്കാരന്റെ കാനഡ

ഉത്തരധ്രുവത്തോടുരുമ്മി അറ്റ്ലാന്റിക് സമുദ്രം മുതൽ പസഫിക്ക് സമുദ്രംവരെ പരന്നുകിടക്കുന്ന കാനഡക്ക് ലോകരാജ്യങ്ങളിൽവച്ച് വലിപ്പത്തിൽ രണ്ടാം സ്ഥാനമാണുള്ളത്. കൂടുതൽ തണുപ്പുകാലവും വളരെ കുറച്ചു ചൂടുകാലവും ചേർന്നതാണെന്നു പറയാം കാനഡയുടെ പൊതുവെയുള്ള കാലാവസ്ഥ. എന്നാലും വടക്കോട്ടും തെക്കോട്ടും കിഴക്കോട്ടും പടിഞ്ഞാറോട്ടുമായി പരന്നു വിസ്തരിച്ചു കിടക്കുന്നതു കൊണ്ട് നാലതിരുകളിലേയും കാലാവസ്ഥ തമ്മിൽ ഏറെ അന്തരമുണ്ട്.

യൂറോപ്യൻ പര്യടനക്കാർ എത്തുന്നതിനുമുമ്പ് അൽഗോൺക്വിൻ, ഐറക്വ, ഹ്യൂറോൺ തുടങ്ങിയ ഗോത്രങ്ങളായിരുന്നു കാനഡയിലുണ്ടായിരുന്നത്. ചരിത്രാതീത കാലം മുതലേ ഉത്തരയമേരിക്കയിലുണ്ടായിരുന്ന ഈ ഗോത്രവർഗ്ഗക്കാരെപ്പറ്റി യൂറോപ്പുകാരുടെ വരവിനു മുമ്പ് എഴുതപ്പെട്ട ചരിത്രമൊന്നും ഇല്ല. എന്നാൽ പലതരത്തിലുള്ള കല്ലിൽകൊത്തിയ കലാരൂപങ്ങൾ, ശിലാരൂപങ്ങൾ, പുരാതനമായ കലാവസ്തുക്കൾ തുടങ്ങിയവ ആയിരക്കണക്കിനു വർഷങ്ങൾക്കു മുമ്പുള്ള ഇവരുടെ ജീവിതത്തെപ്പറ്റി വ്യക്തമാക്കുന്നുണ്ട്. എ.ഡി. ആയിരത്തിനു ശേഷമാണ് യൂറോപ്പുകാർ ഇവിടെയെത്തുന്നത്. പിന്നീട് ഇംഗ്ലണ്ടിൽ നിന്നും ജോൺ കാബോട്ടും ഫ്രാൻസിൽനിന്നും ഷാക്ക് കാർത്തിയേയും വന്നു. ഇംഗ്ലീഷുകാരും ഫ്രെഞ്ചുകാരും തമ്മിലുള്ള നീണ്ട യുദ്ധങ്ങൾക്കും മത്സരങ്ങൾക്കുമൊടുവിൽ ഗോത്രവർഗ്ഗക്കാരെ പുറമ്പോക്കിലേക്കു തള്ളിക്കൊണ്ട് വെള്ളക്കാർ രാജ്യം കൈയടക്കി.

കാനഡയെ പല മണ്ഡലങ്ങളായി തിരിച്ചിട്ടുണ്ട്. പസഫിക്കിനെ തൊട്ടുകിടക്കുന്ന പർവ്വതങ്ങൾ നിറഞ്ഞ ബ്രിട്ടീഷ് കൊളംബിയയും പുൽമേടുകൾ നിറഞ്ഞ ആൽബർട്ടയും സസ്ക്കാച്ചുവനും മാനിറ്റോബയും

പാശ്ചാത്യമേഖലയിൽപെടുന്നു. കിഴക്കുഭാഗത്തായുള്ള ന്യൂബ്രൻസുവിക്കും പ്രിൻസ് എഡ്വേർഡ് ഐലൻഡും നോവസ്ക്കോഷ്യയും ന്യൂഫൗണ്ടുലാൻഡും കടലോരപ്രദേശമാണ്. ഇവയ്ക്കു മധ്യത്തിലായുള്ള വലിയ രണ്ടു സംസ്ഥാനങ്ങളാണ് ക്യൂബക്കും ഒന്റേറിയോയും. ഇങ്ങനെ പത്തായി വീതിക്കപ്പെട്ട സംസ്ഥാനങ്ങൾക്കു വടക്കുള്ള ഭാഗം യൂക്കോൺ, നോർത്തുവെസ്റ്റു ടെറിട്ടറീസ്, നനവെറ്റ് എന്നിങ്ങനെ മൂന്നു ടെറിറ്ററികളായി പങ്കിട്ടിരിക്കുന്നു.

കാനഡയുടെ പത്ത് സംസ്ഥാനങ്ങളിൽ ഏകദേശം മധ്യത്തിലായുള്ള ഒന്റേറിയോയിലാണ് ഏറ്റവുമധികം ജനപുഷ്ടിയുള്ളത്. ഞങ്ങളുടെ നഗരവും ഒന്റേറിയോ ആണ്. ക്യൂബക്കു കഴിഞ്ഞാൽ വലിപ്പത്തിൽ രണ്ടാംസ്ഥാനമുള്ള ഒന്റേറിയോ സംസ്ഥാനം ബ്രഹത് പഞ്ചതടാകങ്ങളോടൊട്ടി കിടക്കുന്ന ഏക സംസ്ഥാനവുമാണ്. ഒന്റേറിയൊ എന്ന പേര് തടാകവുമായി ബന്ധപ്പെട്ടതാണെന്നു വിശ്വസിക്കുന്നു. അമരിന്ത്യൻ വംശജരുടെ ഹൂറോൺ ഭാഷയിലെ ബ്രഹത് തടാകം എന്നർത്ഥമുള്ള ഒന്റേറിയോ എന്ന വാക്കിൽനിന്നോ ഐറക്വാ ഭാഷയിലെ മനോഹരമായ ജലം എന്നർത്ഥംവരുന്ന സ്കന്റാറിയോ എന്ന വാക്കിൽ നിന്നോ ആവാം ഇതിന്റെ ഉത്ഭവം എന്നു കരുതപ്പെടുന്നു.

കുടിയേറ്റക്കാരുടെ രാജ്യമാണു കാനഡ. കുടിയേറ്റക്കാരുടെ എണ്ണത്തിൽ ഒന്നാംസ്ഥാനം ചൈനയ്ക്കും രണ്ടാംസ്ഥാനം ഇന്ത്യക്കുമാണുള്ളത്. മലയാളികളുടെ കാനഡയിലേക്കുള്ള കുടിയേറ്റം അറുപതുകളിൽ പച്ചപിടിക്കാൻ തുടങ്ങിയതാണെങ്കിലും വർഷങ്ങൾ കഴിയുന്തോറും ഇതു വർദ്ധിച്ചുകൊണ്ടിരിക്കുന്നു. ടൊറൊന്റോ, വാൻകൂവർ തുടങ്ങിയ നഗരങ്ങളിൽ മലയാളികൾ കൂടുതലായുണ്ടെന്നു പറയാം. അനുകൂലമായ കാലാവസ്ഥയും ജോലിസാധ്യതയുമാവാം ഇതിനുള്ള പ്രധാന കാരണങ്ങൾ.

കാനഡയുടെ തലസ്ഥാനമായ ഓട്ടവയും രാജ്യത്തിലെ ഏറ്റവും വലിയ നഗരമായ ടൊറന്റോയും ഒന്റേറിയോ സംസ്ഥാനത്തിന്റേതാണ്. ഐക്യനാടുകളിലെ ന്യൂയോർക്ക് സ്റ്റേറ്റ് അതിരായുള്ള ഒന്റേറിയോയിലാണ് ലോകാത്ഭുതങ്ങളിൽ പെടുന്ന നയാഗ്ര വെള്ളച്ചാട്ടം. നയാഗ്രക്കും ടൊറന്റോക്കും ഏകദേശം മധ്യത്തിലായി സ്ഥിതിചെയ്യുന്ന നഗരമാണ് ഹാമിൽട്ടൺ. ഈ പുസ്തകത്തിന്റെ പശ്ചാത്തലം പ്രധാനമായും ഹാമിൽട്ടനാണ്. സ്റ്റെൽകോ, ഡഫാസ്കൊ എന്ന രണ്ടു പ്രമുഖ സ്റ്റീൽ ഫാക്ടറികളുടെ ആസ്ഥാനമായ ഹാമിൽട്ടൺ ഉരുക്കുനഗരം

എന്നാണറിയപ്പെടുന്നത്. വിശ്വപ്രസിദ്ധമായ മക്മാസ്റ്റർ യൂണിവേഴ്സിറ്റിയുടെ ആസ്ഥാനം കൂടിയായ ഹാമിൽട്ടണിൽ ഇരുനൂറോളം മലയാളി കുടുംബങ്ങളുള്ളതായി കരുതപ്പെടുന്നു.

കേരളം വിട്ടുപോരുമ്പോൾ രക്തബന്ധുക്കളും പരിചയക്കാരും കൂട്ടത്തോടെ നഷ്ടമായി അനാഥത്വത്തിലേക്കു വലിച്ചെറിയപ്പെടുന്ന മലയാളികൾക്ക് മുൻപരിചയമില്ലാത്ത മലയാളികളാണ് പിന്നെ ബന്ധുക്കൾ. മലയാളി എന്ന ക്വാളിഫിക്കേഷൻ മാത്രമാണ് ഈ ബന്ധങ്ങളുടെ അടിസ്ഥാനം. ഇവിടെ ഞങ്ങൾ മലയാളികളാണ്. ക്രിസ്ത്യാനിയോ മുസ്ലീമോ ഹിന്ദുവോ അല്ല. ബി.ജെ.പിയോ കോൺഗ്രസ്സോ കമ്മ്യൂണിസ്റ്റോ അല്ല. വെറും മലയാളികൾ. നയാഗ്ര വെള്ളച്ചാട്ടത്തിനടുത്തെ തിരക്കിൽ ചട്ടയും മുണ്ടുമിട്ട ഒരമ്മച്ചിയെ കാണുമ്പോൾ ഹൃദയം ത്രസിക്കും. അതാ ഒരു മലയാളിയെന്ന് പുഞ്ചിരിയോടെ തിരിച്ചറിയും. അവർ ഓർത്തഡോക്സോ ക്നാനായൊ സി.എസ്.ഐയോ എന്നോർത്ത് വ്യഥപ്പെടേണ്ട ആവശ്യമില്ല. എയർപോർട്ടിലെ തിരക്കിൽ തുളുമ്പിവീഴുന്ന ഒരു മലയാളം വാക്കുകേട്ട് അപരിചിതനു നേരെ പുഞ്ചിരി വിടരും.

ഓണവും ഈദും ക്രിസ്തുമസും ഒരു വിഭാഗത്തിനുള്ളതല്ല. മലയാളികളൊന്നായി പല കുറവുകളോടെ അതൊക്കെ ആഘോഷിക്കാൻ ശ്രമിക്കുന്നു. തൂശനിലയില്ലാത്ത ഓണവും പടക്കം പൊട്ടിക്കാത്ത ബക്രീദും അമേരിക്കൻ ഫാൻസി നിറഞ്ഞുനില്ക്കുന്ന ക്രിസ്തുമസും സ്കൂൾ കുട്ടികളുടെ നാടകംപോലെ ബാലിശമായി കേരളത്തിലുള്ളവർക്കു തോന്നിയേക്കാം. പക്ഷേ, അമേരിക്കൻ മലയാളിക്കത് കേരളത്തിലേക്കുള്ള തിരിച്ചുവരവാണ്. ഹൃദയത്തിന്റെ ആഘോഷമാണ്. രാഷ്ട്രീയവും മതഭ്രാന്തും വ്യഭിചരിച്ചു മാനം കെടുത്തിയ കേരളത്തിലേക്കല്ല. ആന്തൂറിയവും ഓർക്കിഡും വാനിലയും ചിരിച്ചുനില്ക്കുന്ന ആധുനിക കേരളത്തിലേക്കും ആയിരിക്കണമെന്നില്ല. ബാലകൗമാരങ്ങളിൽ സ്നേഹിക്കുകയും ആശ്വസിപ്പിക്കുകയും ചെയ്ത കേരളത്തിലേക്ക്.

നമ്മുടെ മഷിക്കറുപ്പുള്ള മുടിയേയും മനസ്സിലാകാൻ ബുദ്ധിമുട്ടുള്ള ഇംഗ്ലീഷ് ഉച്ചാരണത്തേയും സായ്‌വ് രഹസ്യമായി പരിഹസിക്കുമ്പോൾ ഞങ്ങളുടെ നാട്ടിൽ ഞാൻ എല്ലാം തികഞ്ഞവനാണെന്നൊരു രഹസ്യസ്വപ്നം ഇവിടുത്തെ മലയാളികൾ താലോലിക്കുന്നു. ഓരോ വരവിലും അതൊരു സ്വപ്നം മാത്രമാണെന്നും അവിടെയും ഇവിടെയും വെറും കോമാളി വേഷമാണു തങ്ങളുടേതെന്ന് തിരിച്ചറിയുന്നുണ്ടെങ്കിലും

മടക്കയാത്രക്കായി ബന്ധുക്കളെ വിട്ട് എയർപോർട്ടിൽ ഒറ്റക്കിരിക്കുമ്പോൾ ഇനിയെന്നാവും വരാനാവുക എന്ന് വീണ്ടുമൊരു സ്വപ്നം കരളിൽ കൊരുക്കുന്നു.

ഇവിടെ മലയാളികളുടെ ജീവിതം തിരക്കുപിടിച്ചതാണ്. എട്ടുമണിക്കൂർ ജോലി കഴിഞ്ഞെത്തിയാൽ കുട്ടികളുടേയും വീട്ടിലേയും കാര്യങ്ങൾക്കായി ഓടിനടന്നു തേഞ്ഞുതീർന്നുപോവും ദിവസങ്ങൾ.

കാറ് ചെരിപ്പുപോലൊരു അത്യാവശ്യവസ്തുവാണെന്നു പറയാം. ബസ് സൗകര്യം സബേർബുകളിൽ വളരെ കുറവാണ്. കാറുണ്ടായാൽ ഡ്രൈവറെ കിട്ടുമെന്നു കരുതേണ്ട. ആരെങ്കിലും വരുമ്പോൾ സ്റ്റേഷനിൽ ചെന്നു കൂട്ടിക്കൊണ്ടുവരാൻ മറ്റൊരാളെ ഏല്പിക്കാനാവില്ല. മീൻകാരൻ ഗേറ്റിനു മുന്നിൽ വരില്ല. പച്ചക്കറിയും കൈവണ്ടി കയറി വന്ന് എന്നെ എടുത്തു കറിയാക്കിക്കോളൂന്ന് സഹായിക്കില്ല. പാചകവും അടിച്ചുതുടക്കലുമേല്പിക്കാൻ ജോലിക്കാരെ കിട്ടാനില്ലെന്നുതന്നെ പറയാം. ഏജൻസികൾ വഴി ആഴ്ചയിൽ ഒന്നോ രണ്ടോ മണിക്കൂർ വന്ന് വീടു വൃത്തിയാക്കിപ്പോകുന്ന ജോലിക്കാർ ശമ്പളം വളരെ കൂടുതലാണാവശ്യപ്പെടുന്നത്.

ചെടികളൊന്നു നനയ്ക്കാനോ കറിക്കരിയാനോ അപ്പൂപ്പനോ അമ്മൂമ്മയോ ഇല്ലാത്ത കുടുംബങ്ങളാണു കൂടുതലും. പച്ചക്കറിത്തോട്ടം കിളച്ചു നന്നാക്കുന്നതു മുതൽ വീടു പെയിന്റു ചെയ്യുന്നതും കാറു കഴുകുന്നതും വരെയുള്ള പണികൾ നമ്മൾ തനിയെയാണു ചെയ്യുന്നത്. കേരളത്തിലേതുപോലെ കുട്ടികൾക്കു ട്യൂഷൻ സൗകര്യങ്ങളില്ല. അപൂർവ്വമായിട്ടുള്ളതു തന്നെ അമിതമായ ഫീസാണീടാക്കുന്നത്. അങ്ങനെയൊക്കെ ഡ്രൈവർ, കുക്ക്, ക്ലീനർ, പെയിന്റർ, ട്യൂഷൻ ടീച്ചർ തുടങ്ങിയുള്ള ദശാവതാരങ്ങൾക്കിടയിൽ (ചിലപ്പോൾ അതിലേറെയും) ജീവിക്കുന്നുണ്ടോ എന്നുതന്നെ സംശയം തോന്നിപ്പോകും.

ജോലിസ്ഥലത്ത് അമേരിക്കൻ ജീവിതവും വീട്ടിലൊരു മലയാളി ജീവിതവുമായി ഉത്തരയമേരിക്കയിലെ മലയാളി വീട്ടമ്മയുടേത് ഉഭയജീവിതമാണ്. പകൽ പാന്റ്സും വൈകുന്നേരം ചുരിദാറുമായി മാറുന്ന ജീവിതം. അറിവിലും കഴിവിലും പൊതുവിജ്ഞാനത്തിലും എന്തിനു വസ്ത്രധാരണത്തിൽപോലും വെള്ളക്കാരോടൊപ്പം നില്ക്കേണ്ട ലോകമാണു ജോലിസ്ഥലം. ഇട്ടുപോന്ന സംസ്കാരവും മനസ്സുഖം തരുന്ന ആചാരങ്ങളും പുനർജ്ജീവിപ്പിച്ചുകൊണ്ട് വീട്ടിലെ ലോകം. ലസാനിയയുടേയും അവിയലിന്റേയും പാചകക്കുറിപ്പുകൾ കലർന്ന

അടുക്കള മേശയും സൂട്ടും സാരിയും അടുക്കുവെച്ച അലമാരികളും അമേരിക്കയിലെ മലയാളി വീട്ടമ്മയ്ക്കു സ്വന്തമാണ്. കേരളത്തിലെ വീട്ടുമുറ്റത്ത് ഓർക്കിഡും ആന്തൂറിയവും തലയാട്ടിച്ചിരിക്കുമ്പോൾ ഇവിടുത്തെ അമേരിക്കൻ ആർഭാടം നിറഞ്ഞ സ്വീകരണമുറിയിൽ ഗ്ലാമറില്ലാത്ത കറിവേപ്പും അരിമുല്ലയും വെയിലുകിട്ടാതെ വളരുന്നു.

നയൻ താരയെ അറിയുന്നതുപോലെ തന്നെ ആൻ ഹാത്തവേയും ആരാണെന്നറിയണം. തലേന്നത്തെ ഒബാമയുടെ പ്രസംഗവും എം.എ. ബേബിയുടെ പ്രസ്താവനയും കൃത്യമായും വായിക്കണം. മുത്തങ്ങ ഗൃഹവൈദ്യത്തിൽപെടുന്നൊരു പുറമ്പോക്കുചെടിമാത്രമല്ലെന്നതുപോലെ മീച്ച് ലെയ്ക്ക് ഒരു തടാകം മാത്രമല്ലെന്നും മറക്കരുത്. ടി. എസ്.ഇ.യുടേയും (ടൊറന്റൊ സ്റ്റോക്ക് എക്സ്ചേഞ്ച്) ജെ.സി.വി. യുടേയും അർത്ഥാനർത്ഥങ്ങളും പ്രസക്തിയും മനസ്സിലാക്കണം.

ഇതു പരാതിയോ കുറ്റപ്പെടുത്തലോ അല്ല. ത്രിശങ്കു സ്വർഗത്തിലായിപ്പോയ ഉത്തരയമേരിക്കൻ മലയാളികളുടെ ജീവിതത്തിൽനിന്നും കൂർത്ത അറ്റങ്ങളില്ലാതെ ഉരുണ്ടുരുണ്ട് ഗുലാബ് ജാമുൻ പോലെ കുറച്ചു ചിത്രങ്ങൾ. മധുരിക്കുന്ന പഞ്ചാരപ്പാനിയിൽ ഗുളു... ഗുളു...

രണ്ട്

# സെപ്തംബർ പതിനൊന്നു മുതൽ നവംബർ പതിനൊന്നു വരെ

ദേ നോക്ക്, അമേരിക്കൻ ഭൂഖണ്ഡത്തിൽ അമേരിക്കയെന്നറിയപ്പെടുന്ന കൊലകൊമ്പൻ രാജ്യത്തിനടുത്ത് കാനഡ എന്നൊരു രാജ്യമുണ്ട്. അറ്റ്ലാന്റിക് മുതൽ പസഫിക്ക്വരെ വിസ്തരിച്ചിരിക്കുന്ന കാനഡ കുടിയേറ്റക്കാരുടെ രാജ്യം എന്നാണറിയപ്പെടുന്നത്. പിന്നെ ഇവിടെ പണ്ടേയുണ്ടായിരുന്ന ആ പഴഞ്ചൻ ആളുകളെ ഇന്ത്യക്കാരെന്നു തെറ്റി വിളിച്ച് കാട്ടിലും മഞ്ഞിലുമൊക്കെയായി മാറ്റി പാർപ്പിച്ചിട്ടുണ്ട്. കുടിയും വലിയും ചൂതാട്ടവുമായി നശിച്ചുപൊയ്ക്കോളും എന്നാശ്വസിച്ച് കുറച്ചു ചില്ലറയൊക്കെ സംവരണമായി കൊടുക്കുന്നുമുണ്ട്.

കാനഡക്കാർ ഇപ്പോഴും ഇംഗ്ലണ്ടിന്റെ രാജ്ഞിയെ വണങ്ങുകയും രാജകുമാരന്മാരുടെ കേളികൾ വിസ്തരിച്ചെഴുതി പത്രങ്ങൾ നിറയ്ക്കുകയും ചെയ്യുന്നു. ഊഴം എത്തിച്ചാൽ സൗജന്യചികിത്സയും പകരം എടുത്താൽ പൊങ്ങാത്ത നികുതിയുമുള്ള ഈ രാജ്യം ലോകത്തിൽവച്ച് ജീവിക്കാൻ നല്ല രാജ്യങ്ങളിലൊന്നായി പലതവണ പുകഴ്ത്തപ്പെട്ടിട്ടുള്ളതാണ്. എന്നാലും അമേരിക്കയെന്ന മുതലച്ചേട്ടന്റെ തണലിൽ നില്ക്കാനാണ് കാനഡക്കിഷ്ടം.

പക്ഷേ, കാണാനത്ര സുന്ദരനല്ലെങ്കിലും ഉറച്ച നട്ടെല്ലുള്ള ഒരു പ്രധാനമന്ത്രിയുണ്ടായിരുന്നു കാനഡക്ക് - ഷോൺ ഗ്രച്ചിയാൻ (ഴാൻ അല്ല, തീർച്ചയായിട്ടും). ഏതെങ്കിലും ഒരു രാജ്യത്തിൽ കയറിച്ചെന്ന് (അവിടുത്തെ എണ്ണ നിക്ഷേപം എത്രയധികമാണെങ്കിലും) കൊലയും അക്രമവുമായി അവിടുത്തെ ഭരണാധികാരിയെ നീക്കം ചെയ്യുന്നതിനോടു യോജിക്കില്ലെന്നു അന്താരാഷ്ട്ര ദാദയോടു പറയാൻ ധൈര്യം കാണിച്ച ഭരണാധികാരി. അതിനുപകരമായി ബുഷ് "ഞങ്ങളുടെ

അടുത്ത സുഹൃദ് രാജ്യമായ മെക്സിക്കൊ" എന്നൊക്കെ പരസ്യ പ്രസ്താവന നടത്തി കൂട്ടുവെട്ടി എന്ന് സ്കൂൾകുട്ടിയെപ്പോലെ ചിണുങ്ങുകയും ചെയ്തു.

അതൊക്കെ പഴങ്കഥ. അദ്ദേഹത്തിന്റെ കാലം കഴിഞ്ഞതോടെ ബോഡിബാഗുകൾ കാനഡയിലേക്കും വരാൻ തുടങ്ങി. ഏതോ ബോർഡിംഗ് സ്കൂളിൽനിന്നും വന്ന കുട്ടിയെപ്പോലെ വടിവൊത്ത സൂട്ടിൽ സുന്ദരനായ സ്റ്റീഫൻ ഹാർപ്പർ എന്ന പ്രധാനമന്ത്രി അന്തരീക്ഷത്തിലേക്കു നോക്കിയിരിക്കുന്നു. അതു മലിനപ്പെടാതെ കാക്കാൻ, കാനഡയിൽ വധശിക്ഷയില്ല. പിന്നെ ഇറാക്കിലെ ഒരു "പഴയ" ഭരണാധികാരിയെ തൂക്കാൻ വിധിച്ചാൽ (വധിച്ചതാരായാലെന്ത്) അതു നമ്മുടെ പ്രശ്നമല്ല. നോക്കൂ... അന്തരീക്ഷത്തിലേക്കു നോക്കൂ.... അന്തരീക്ഷത്തിലേക്കു നോക്കൂ....

ഒസാമയെ പിടിച്ചേ അടങ്ങൂ എന്ന് ആണയിട്ട ബുഷ് സദാമിന്റെ തലയിലെ പേൻ തിരയുന്ന പട്ടാളക്കാരനെ ടി.വിയിൽ കാണിച്ചുതന്ന് ലോകത്തെ ആശ്വസിപ്പിക്കുന്നു.

"ദേ നോക്ക്യേ, ഇതാരാണെന്ന്!"

കൊറിയ ഒരേമ്പക്കം വിട്ടതൊഴിച്ചാൽ തകർപ്പൻ ശകാരവും കീഴ്പ്പെടുത്താനാവാത്ത കൈക്കരുത്തുമായി ഒരു മമ്മൂട്ടിയോ മോഹൻലാലോ സുരേഷ്ഗോപിയോ കളത്തിലേക്കിറങ്ങുന്നുമില്ല.

ഒന്നാം ലോകമഹായുദ്ധ വിരാമം 1918-ലെ പതിനൊന്നാം മാസം പതിനൊന്നാം ദിവസം പതിനൊന്നു മണിക്കായിരുന്നു. യുദ്ധങ്ങളിൽ മരിച്ചവരുടെ ഓർമ്മയ്ക്കായി നവംബർ പതിനൊന്നാം തീയതി പതിനൊന്നു മണിക്ക് രണ്ടു മിനിറ്റ് കാനഡയിൽ നിശ്ശബ്ദത ആചരിക്കും. റിമംബറൻസ് ഡേ എന്നറിയപ്പെടുന്ന ഈ ദിവസത്തിൽ ലോകയുദ്ധങ്ങളിൽ പങ്കെടുത്തവരെ സർക്കാർ ആദരിക്കാറുമുണ്ട്. ഒന്റേറിയോയിൽ നിന്നുമുള്ള ജോൺ അലക്സാണ്ടർ മക്ക്രേ എന്ന ഭിഷഗ്വരൻ സൈന്യത്തിലായിരുന്നു. യുദ്ധത്തിൽ മരിച്ചവരുടെ നിരനിരയായുള്ള ശവകുടീരങ്ങൾക്കിടയിൽ നിന്ന ചുവന്ന പോപ്പി പൂവുകളെ കണ്ട് ഹൃദയഭാരത്തോടെ അദ്ദേഹമെഴുതിയ കവിതയാണ് ഇൻ ഫ്ളാൻഡേഴ്സ് ഫീൽഡ്സ്. 1915-ൽ പ്രസിദ്ധപ്പെടുത്തിയ ഈ കവിത ഒന്നാംലോകമഹായുദ്ധ കവിതകളിൽ പ്രശസ്തമാണ്.

പിന്നീട് ചുവന്ന പോപ്പി പുഷ്പം മരിച്ച ഭടന്മാരുടെ ഓർമ്മയുടെ പ്രതീകമായി മാറി. നവംബർ എത്തുന്നതോടെ കാനഡയിലെങ്ങും

മൊട്ടുസൂചി ചേർത്ത കൃത്രിമ പൂവുകൾ ഇഷ്ടമുള്ള പണം സംഭാവന യായി കൊടുത്ത് വാങ്ങാൻ കിട്ടും. ആദരവോടെ ഇത് വസ്ത്രങ്ങളിൽ കുത്തിയിരിക്കും.

ഇതിനോടൊപ്പം തന്നെ അത്രയും പ്രശസ്തമല്ലാത്ത വെളുത്ത പോപ്പികളും ഇറങ്ങിയിട്ടുണ്ട്. യുദ്ധം വിധവകളാക്കിയവർ ചേർന്നു രൂപം കൊടുത്ത ഈ പൂവിന്റെ നടുക്ക് peace എന്നെഴുതിയിട്ടുണ്ട്. യുദ്ധത്തിനു പകരം സമാധാനപരമായ മറ്റൊരു മാർഗ്ഗം കണ്ടെത്താ നാണ് ഈ വെളുത്ത പൂവുകൾ ആഹ്വാനം ചെയ്യുന്നത്. സാധാരണ വർഷങ്ങളിൽ അധികമാരും ശ്രദ്ധിക്കാതെ പോകുന്ന ഈ സമാധാന ത്തിന്റെ പൂവുകൾ ഈ വർഷം കാനഡയിലെ ആൽബർട്ടയിൽ വിറ്റു തീർന്നുപോയിരിക്കുന്നു! ഈ രാജ്യത്തെ ജനങ്ങൾക്ക് സമാധാനത്തിൽ വിശ്വാസമുള്ളത് ആഹ്ലാദവും ആശ്വാസവും നല്കുന്നു. പ്രധാനമന്ത്രി സ്റ്റീഫൻ ഹാർപ്പർ 'ഇൻ ഫ്ളാൻഡേഴ്സ് ഫീൽഡ്' എന്ന കവിത ഓർമ്മി പ്പിച്ചുകൊണ്ടുതന്നെയാണ് അഫ്ഗാനിസ്ഥാനിലേക്കു പറഞ്ഞയച്ചിരി ക്കുന്ന ഭടന്മാരെ ഊറ്റംകൊള്ളിക്കാൻ അവസാനമായി ശ്രമിച്ചത്.

മൂന്ന്

# സ്ട്രോബറികൾ പൂക്കുമ്പോൾ

സ്ട്രോബറിയെന്ന പഴത്തിന് വൈക്കോൽപ്പഴം എന്നൊരു ഭാഷാന്തരമാകാം. എന്നാൽ എനിക്ക് കച്ചിക്കായ എന്നു വിളിക്കാനാണിഷ്ടം. ഹാമിൽട്ടണിൽ സ്ട്രോബറികൾ വിളഞ്ഞിരിക്കുന്നു. റോഡരികിലും പത്രത്തിലുമൊക്കെ "സ്ട്രോബറി പറിക്കാൻ വരൂ" എന്നുള്ള ക്ഷണം കാണാം. ഏക്കറുകൾ നീണ്ടുകിടക്കുന്ന സ്ട്രോബറിപ്പാടത്തിൽനിന്നും നമുക്കിഷ്ടമുള്ളത്രയും പറിച്ചെടുക്കാം. പറിച്ച പഴത്തിന്റെ അളവനുസരിച്ച് വില കൊടുത്താൽ മതി. ഒരൊഴിവുദിനത്തിൽ ഞാനും കുഞ്ഞുണ്ണിയും മക്കളും ചുകന്ന സ്ട്രോബറികൾ ഒരു കുട്ട നിറയെ പറിച്ചെടുത്തു. എന്നിട്ട് ഇളംമധുരവും ചവർപ്പും നിറഞ്ഞ കച്ചിക്കായകൾ കറുമുറെ കടിച്ചുതിന്നു.

റോസേസിയ (Rosaceae) കുടുംബത്തിൽപെട്ട സ്ട്രോബറിയുടെ ബൊട്ടാണിക്കൽ പേര് Frugaria എന്നാണ്. സുഗന്ധം എന്നാണ് ഈ ലാറ്റിൻ പദത്തിന്റെ അർത്ഥം. ഇതിൽതന്നെ പലയിനം ചെടികളുണ്ട്. സ്ട്രോബറി എന്ന പേരിന്റെ ഉത്ഭവത്തിനു പല കാരണങ്ങൾ പറയുന്നുണ്ട്. പണ്ട് ലണ്ടനിൽ കുട്ടികൾ ഈ പഴങ്ങൾ വൈക്കോലിൽ മാലപോലെ കെട്ടിവില്ക്കാറുണ്ടായിരുന്നു. 'Straws of berries'എന്ന പേരിലാണ് ഇത് ചന്തകളിൽ അറിയപ്പെട്ടിരുന്നത്. അതു പിന്നീട് സ്ട്രോബറി ആയി മാറിയതാണത്രെ. മറ്റൊരു കഥ പറയുന്നത് കച്ചവടസ്ഥലത്ത് കൃഷിക്കാരിതിനെ വൈക്കോലിനുപുറത്താണ് വില്ക്കാൻ വച്ചിരുന്നതെന്നും കാലക്രമേണ അത് സ്ട്രോബറി എന്നറിയപ്പെടാൻ തുടങ്ങിയെന്നുമാണ്.

ഫ്രഞ്ചിലും സ്പാനിഷിലും ഇറ്റാലിയനിലും ഇതിന്റെ പേര് Fraise അഥവ സുഗന്ധമുള്ള പഴം എന്നാണ്. ഉത്തരയമേരിക്കയിലെ ഗോത്ര

വർഗ്ഗക്കാർ സ്ട്രോബറിയെ heart berry എന്നർത്ഥം വരുന്ന wuttahimneash എന്നാണു വിളിച്ചിരുന്നത്. മലയാളത്തിലും ഇതിനു സ്വന്തമായിട്ടൊരു പേരു വേണമെന്നാണ് പക്ഷം. കഴിഞ്ഞ പോസ്റ്റിൽ ദേവൻ നിർദ്ദേശിച്ചതുപോലെ കച്ചിക്കായ എന്ന പേരുതന്നെയായിരിക്കും ഏറ്റവും യോജിച്ചത്.

പതിമൂന്നാം നൂറ്റാണ്ടു മുതൽ ഇതിനെ ഔഷധച്ചെടിയായി കരുതിയിരുന്നതായി ചരിത്രം പറയുന്നു. പുരാതന റോമിലും ഫ്രാൻസിലുമൊക്കെ ഈ ചെടിയെ അന്നേ നട്ടുവളർത്തിയിരുന്നു. സ്ട്രോബറിയുടെ തലസ്ഥാനം എന്നറിയപ്പെടുന്ന ബെൽജിയത്തിൽ സ്ട്രോബറിയുടെ പേരിൽ ഒരു മ്യൂസിയം തന്നെയുണ്ട്. അമേരിക്കൻ ഐക്യനാടുകളിലും കാനഡയിലും പരക്കെ കൃഷി ചെയ്യപ്പെടുന്ന ഈ ചെടികൾ യൂറോപ്പിൽനിന്നുമാണ് ഇവിടെ എത്തപ്പെട്ടത്. ഇവിടുത്തെ ഐറക്വാ ഗോത്രവർഗ്ഗത്തിൽപെട്ടവർ സ്ട്രോബറിയെ മാംസം പാകം ചെയ്യുമ്പോൾ മസാലക്കൂട്ടായും സൂപ്പുണ്ടാക്കുവാനും ഉപയോഗിച്ചിരുന്നതിനു പുറമെ ഇവയുടെ ഇലകൊണ്ട് സുഗന്ധമുള്ള ചായയും കൂട്ടിയിരുന്നു. അവരുടെ കൃഷികളിൽ പ്രധാനപ്പെട്ട ഒന്നായിരുന്നു സ്ട്രോബറി. മറ്റു പല പഴങ്ങളെയുംപോലെ സ്ട്രോബറിയിലും ധാരാളം വൈറ്റമിൻ സിയും പൊട്ടാസ്യവും ആന്റി ഓക്സിഡന്റുകളും അടങ്ങിയിട്ടുണ്ട്.

ശാസ്ത്രീയമായി പറഞ്ഞാൽ ഇതൊരു പഴമല്ല. മറിച്ച് വികസിച്ച പുഷ്പാധാരമാണ് (receptacle). കശുമാങ്ങയുടേതുപോലെ പഴത്തിനു പുറത്തായിട്ടാണ് സ്ട്രോബറിയുടെ വിത്തും. തുടുത്ത ചുവപ്പിനു പുറമെ പൊട്ടുപോലെ കാണുന്നതാണ് സ്ട്രോബറിയുടെ വിത്തുകൾ. ഒരു സ്ട്രോബറിയിൽ ശരാശരി 200 അരികൾ ഉണ്ട്. പക്ഷേ, വേരിൽനിന്നും പൊട്ടിമുളക്കുന്ന തൈകളാണ് നട്ടുപിടിപ്പിക്കുവാൻ ഉപയോഗിക്കുന്നത്. നിലത്തുനിന്നും അധികം ഉയരത്തിൽ വളരാത്ത ഈ ചെടികൾക്ക് ഇവിടെ രണ്ടോ മൂന്നോ വർഷമേ ആയുസ്സുള്ളൂ. വടക്കേ അമേരിക്കയിൽതന്നെ തണുപ്പു കുറവുള്ള സ്ഥലങ്ങളിൽ ഇതിലേറെക്കാലം സ്ട്രോബറിച്ചെടികൾ ജീവിച്ചിരിക്കും.

മൂന്നോ നാലോ അടി അകലത്തിലുള്ള വാരങ്ങളിൽ ഏകദേശം 15 ഇഞ്ച് അകലത്തിൽ നിരനിരയായിട്ടാണ് പുതിയ ചെടികൾ നടുന്നത്. ആദ്യവർഷം ഈ ചെടികളിൽനിന്നും കായ്ഫലം കിട്ടുകയില്ല. ഇവ പൂത്താൽതന്നെ ചെടി ആരോഗ്യത്തോടെ വളരാൻവേണ്ടി ആ പൂവുകൾ നുള്ളിക്കളയും.

ഒക്ടോബർ-നവംബർ മാസങ്ങളിൽ ശീതകാല നിദ്രയിലേക്ക് (hibernation) പോകുന്ന ചെടികൾക്കു കഠിനതണുപ്പിനെ ചെറുക്കുവാനായി മുറിച്ച വൈക്കോലും പുൽക്കറ്റയും മുകളിൽ വിതറും. ഇത് മണ്ണിന് ഈർപ്പം നിലനിർത്താനും കളകൾ വളരുന്നതു തടയാനും താപനിലയിൽ പെട്ടെന്നു വരുന്ന മാറ്റങ്ങൾ ചെടിയെ ബാധിക്കാതിരിക്കുവാനും സഹായിക്കും. അമ്ലതയില്ലാത്തതും കളകൾ ചേരാത്തതുമായ വൈക്കോൽപോലെയുള്ള വസ്തുക്കളാണ് ഇതിനു പ്രധാനമായും പുതയായുപയോഗിക്കുന്നത്.

മഞ്ഞൊക്കെ മാറി അടുത്ത വസന്തം എത്തുമ്പോൾ പുതുമുകുളങ്ങൾ സ്വതന്ത്രമായി വളരാൻവേണ്ടി ഈ വൈക്കോൽപുതപ്പിനെ ചെടികൾക്കു മുകളിൽനിന്നും വശങ്ങളിലേക്കു മാറ്റും. തണ്ടിനടിയിലായി ഭാരംകൊണ്ട് ഭൂമിയോടു ചേർന്നു വിളയുന്ന പഴം മണ്ണിൽ തട്ടാതെ സൂക്ഷിക്കാനും പിന്നീട് ജൈവവളമായും ഇത് ഉപയോഗപ്പെടും. ഇളം തണുപ്പും ഈർപ്പവുമുള്ള കാലാവസ്ഥയാണ് ഈ ചെടികളുടെ വളർച്ചയ്ക്കു യോജിച്ചത്. സ്ട്രോബറിപ്പഴങ്ങൾ തണ്ടിനടിയിലായി നിലത്തോടു ചേർന്നാണു കാണപ്പെടുന്നത്. വെളുപ്പും പച്ചയും കലർന്ന നിറത്തിലുള്ള ചെറുകായകൾ ക്രമേണ വലുതായി കൊതിപ്പിക്കുന്ന ചുവന്ന നിറമുള്ള മാംസളമായ പഴമായി മാറുന്നു.

രണ്ടാഴ്ചകൊണ്ട് വിളവെടുപ്പു പൂർത്തിയാവും. അതിനുശേഷം ഈ ചെടികളുടെ ഇലകളെല്ലാം മുറിച്ചുകളയും. ചുറ്റിലേക്കു പടരുന്ന തൈകളും ചിലപ്പോൾ പിഴുതുമാറ്റും. പിന്നീടു വളമിട്ടുകഴിഞ്ഞാൽ ധാരാളമായി വെള്ളമൊഴിക്കണം. അപ്പോൾ ചെടികൾ ശക്തിയോടെ വളരും. ഇങ്ങനെയൊക്കെയാണ് ഇവിടുത്തെ കർഷകർ സ്ട്രോബറിപ്പാടങ്ങൾ സംരക്ഷിക്കുന്നത്.

ഹാമിൽട്ടണിലെ 10 ഏക്കർ സ്ട്രോബറിപ്പാടങ്ങളുള്ള ലിൻഡിലി ഫാമിന്റെ ഉടമകൾ രാസവസ്തുക്കൾ കീടനാശിനികളായി ഉപയോഗിക്കുന്നില്ലെന്നും കൂടാതെ ജൈവവളം മാത്രമേ ഉപയോഗിക്കുന്നുള്ളൂവെന്നും അഭിമാനത്തോടെ പറഞ്ഞു.

ഇവിടെ സ്ട്രോബറിയെക്കൂടാതെ ബീറ്റ്റൂട്ടും പട്ടാണിപ്പയറും വിളഞ്ഞിട്ടുണ്ട്. ഇവയും നമ്മുടെ ഇഷ്ടമനുസരിച്ച് പറിച്ചെടുക്കാം. റാസ്ബെറി, ബീൻസ് തുടങ്ങിയവ പാകമായി വരുന്നതേയുള്ളൂ.

നാല്

# കാനഡയുടെ കാപ്പി

തവിട്ടുനിറമുള്ള കപ്പിൽ കാനഡയുടെ സമ്പന്നമായ ടിം ഹോർട്ടൻസ് കാപ്പി.... ഒരലസമായ സായാഹ്നത്തിൽ ആലോചിച്ചു: ഇത് ആഗോളീകരണത്തിന്റെ കാലമാണ്. ഇനി ടിം ഹോർട്ടൻ കടൽകടന്നുവന്ന് നമ്മുടെ ഇന്ത്യൻ കോഫീഹൗസുകളെ പുറംതള്ളുമോ?

കാപ്പിച്ചെടി വളരാത്ത കാലാവസ്ഥയാണ് കാനഡയുടേത്. നീണ്ട ശൈത്യകാലത്ത് മഞ്ഞുമൂടുന്ന ഭൂമികയിൽ പക്ഷേ, കളപോലെ പടരുന്നുണ്ട് ഒരു കാപ്പിക്കട - ടിം ഹോർട്ടൻസ്. ഇരുണ്ട ചുവപ്പും തവിട്ടും കലർന്ന കാപ്പി കപ്പുകളും മഞ്ഞവരയുള്ള ബോർഡും ചുവന്ന അക്ഷരങ്ങളുമായി അറ്റ്ലാന്റിക് മുതൽ പസഫിക് വരെ പടർന്നിട്ടുണ്ട്. Tim Hortons എന്നു പേരുള്ള കോഫീ ഷോപ്പുകൾ.

ഹൈവേയിലെ യാത്രയുടെ വിരസതയകറ്റാൻ, പണിത്തിരക്കിനിടയിൽ ഒരാശ്വാസത്തിന്, ഭക്ഷണം കഴിക്കാൻ, തണുപ്പത്തൊന്നു ചൂടാവാൻ, ഇതൊന്നുമല്ലെങ്കിൽ വീണുകിട്ടുന്ന ചുടുചൂടൻ വേനലിലൊരു ഐസ് കാപ്പച്ചീനൊ - കാനഡക്കാർക്ക് ടിം ഹോർട്ടൻസിൽ പോകാൻ കാരണങ്ങൾ പലതുണ്ട്. ഇവരുടെ പരസ്യവാക്യം തന്നെ "You've always got time for Tim Hortons," എന്നാണ്.

1964-ൽ ഒന്റേറിയൊ സംസ്ഥാനത്തിലെ ഹാമിൽട്ടൺ നഗരത്തിലാണ് ആദ്യത്തെ ടിം ഹോർട്ടൻസ് തുടങ്ങിയത്. 1,500 ചതുരശ്ര അടിയായിരുന്നു അതിന്റെ വലിപ്പം. ഇപ്പോൾ ഈ ശൃംഖലയുടെ ഭാഗമായി 2,613 കടകളുണ്ട്. അതിൽ ഒന്റേറിയൊ സംസ്ഥാനത്തിൽതന്നെ 1,420 കടകൾ. എന്തിന്, അഫ്ഗാനിസ്ഥാനിലെ കാണ്ടഹാറിലെ മിലിറ്ററി എയർഫീൽഡിലും കാനഡയുടെ സൈനികർക്കുവേണ്ടി കാപ്പി കൂട്ടാൻ ഇവർ തയ്യാറാണ്.

ടിം ഹോർട്ടൻസ് കാനഡയുടെ അഭിമാനമായിരുന്ന ഒരു ഹോക്കി കളിക്കാരനായിരുന്നു. 1930-ൽ ഒന്റേറിയോയിലെ കോക്രേനിൽ ജനിച്ചു വളർന്ന ടിം 17-ാം വയസ്സിൽ ടൊറൊന്റൊ മേപ്പിൾ ലീഫ് എന്ന ഹോക്കി ടീമിന്റെ ജൂണിയർ വിഭാഗത്തിൽ ചേർന്നു. അഞ്ചുവർഷത്തിനുശേഷം 1952-ൽ മേപ്പിൾ ലീഫിനുവേണ്ടി കളിക്കാൻ തുടങ്ങിയ ടിം 22 സീസണുകളിൽ ഹോക്കി കളിച്ചിട്ടുണ്ട്. ഇത് മേപ്പിൾ ലീഫ് ടീമിന്റെ സുവർണ്ണ കാലമായിരുന്നെന്നു പറയാം. ഹോക്കി രംഗത്തെ മതിപ്പുള്ള സ്റ്റാൻലി കപ്പ് മേപ്പിൾ ലീഫ് ടീമിനു പലതവണ കിട്ടിയത് ഈ കാലത്തായിരുന്നു.

അമിത മദ്യപാനവും ഹോക്കി കാഴ്ചവച്ച മായാപ്രപഞ്ചവും അദ്ദേഹത്തിന്റെ കുടുംബജീവിതത്തിൽ പല പ്രശ്നങ്ങളുമുണ്ടാക്കി. ന്യൂയോർക്ക് റെയിഞ്ചേഴ്സ്, പിറ്റ്സ്ബർഗ്, ബഫല്ലോ തുടങ്ങിയ ടീമുകൾക്കുവേണ്ടി പിന്നീട് ടിം കളിച്ചിട്ടുണ്ട്. 1974 ഫെബ്രുവരിയിൽ ടീം നല്കിയ പുതിയൊരു സ്പോർട്സ് കാറിൽ ബഫല്ലോയിക്കു പോകുമ്പോഴുണ്ടായ അപകടത്തിൽ ടിം മരണമടഞ്ഞു. മഞ്ഞും ഐസും റോഡിനെ അപകടം പിടിച്ചതാക്കുന്ന ഫെബ്രുവരി മാസത്തിൽ 160 കിലോമീറ്റർ (100 മൈൽ) വേഗതയിലായിരുന്നത്രേ അദ്ദേഹം കാറോടിച്ചിരുന്നത്.

ടിമ്മിന്റെ മരണശേഷം പാർട്ണറായിരുന്ന റോൺ ജോയിസ് കട പൂർണ്ണമായും അദ്ദേഹത്തിന്റെ ഭാര്യ ലോറി ഹോർട്ടണിൽനിന്നും വാങ്ങി. അന്ന് 40 കടകളാണുണ്ടായിരുന്നത്. 1995-ൽ വെൻഡീസ് എന്ന അമേരിക്കൻ ഫാസ്റ്റ് ഫുഡ് കമ്പനിയുമായി ചേരുന്നതുവരെ റോണിന്റെ കീഴിലാണ് ഈ ശ്യംഖല വളർന്നത്.

തന്റെ ഷെയറുകൾ ഒരു മില്യൺ ഡോളറിനു വിറ്റതു നഷ്ടമായി തോന്നിയ ലോറി വർഷങ്ങൾക്കുശേഷം കൂടുതൽ പണമാവശ്യപ്പെട്ട് കോടതിയെ സമീപിച്ചുവെങ്കിലും കേസ്സു തള്ളിപ്പോവുകയാണുണ്ടായത്. 1967-ലെ സ്റ്റാൻലി കപ്പിനു കിട്ടിയ മോതിരം ലോറിയുടെ വീട്ടിൽനിന്നും 1998-ൽ മോഷണം പോയി. വർഷങ്ങൾക്കുശേഷം അത് പോലീസ് ടൊറന്റോയിലെ ഒരു ലേലസ്ഥലത്തുനിന്നും കണ്ടെടുക്കുകയുണ്ടായി. ലോറി ഹോർട്ടൺ 2002-ലാണു മരണമടഞ്ഞത്.

ലോകത്തിന്റെ പല ഭാഗത്തുനിന്നുമായി വരുത്തുന്ന 100 ശതമാനം അറബിക്ക കാപ്പികുരുവാണുപോലും ഇവിടെ ഉപയോഗിക്കുന്നത്. കാപ്പിയും ഡോണറ്റുമായി തുടങ്ങിയ ടിം ഹോർട്ടൻസിൽ ഇപ്പോൾ

സൂപ്പും സാന്റ്വിച്ചും ബേഗിളും കേക്കും ഒക്കെയായി വിപുലമായ ഒരു മെനുവുണ്ട്. അതിനിടയിൽനിന്നും 160 കിലോമീറ്റർ വേഗത്തിലാണ് ഹോക്കി പക്കുപോലെ ഇതിന്റെ ഉപജ്ഞാതാവ് അകന്നുപോയിരിക്കുന്നത്. ടിം ഹോർട്ടൺസ് എന്ന പേര് കാപ്പിയുടെ അപരനാമമായിരിക്കുന്നു ഈ നാട്ടിലിപ്പോൾ.

-ലെറ്റ് അസ് ഗോ ഫോർ ടിംസ് എന്നോ, ഹൗ എബൗട്ട് എ ടിംസ് എന്നോ ഒക്കെയുള്ളത് കാപ്പി കുടിക്കാമെന്നുള്ള സാധാരണ പ്രയോഗങ്ങളാണ്.

സ്മോൾ, മീഡിയം, ലാർജ്, എക്സ്ട്രാ ലാർജ് എന്ന അളവുകളിൽ വരുന്ന കാപ്പിയിലെ പാലും പഞ്ചസാരയും നമ്മുടെ ഇഷ്ടമനുസരിച്ചാണു ചേർക്കുന്നത്. ഡബിൾ ഡബിൾ എന്നാൽ 2 ക്രീം, 2 സ്പൂൺ പഞ്ചസാര, റെഗുലർ എന്നത് ഒരു ക്രീമും ഒരു സ്പൂൺ പഞ്ചസാരയും ചേർത്തത്. മീഡിയം റെഗുലർ, ലാർജ് ഡബിൾ ഡബിൾ എന്നൊക്കെയുള്ളത് കാനഡയുടേതായ ഭാഷയായി മാറിയിരിക്കുന്നു.

അമേരിക്കൻ ശൃംഖലയായ വോൾ മാർട്ടും ഇന്ത്യയിൽ എത്താൻ പോകുന്നു. തവിട്ടുനിറമുള്ള ഈ കോഫി കപ്പുകൾ ഇന്ത്യൻ കോഫീ ഹൗസിനെ പരാജയപ്പെടുത്തുമോ? നമ്മുടെ ഗൃഹാതുരത്വത്തിനു മുകളിലും പുതിയ രുചിയും ഗന്ധങ്ങളും വേലിയേറ്റം നടത്തുമോ? ഉൾഭീതിയാർന്ന ചോദ്യം.

■

ഭാഗം രണ്ട്

# കനേഡിയൻ ദിനസരികൾ

ഒന്ന്

# വെളുവെളുത്ത ജനുവരി

**കാ**ത്തു കാത്തിരുന്ന ക്രിസ്തുമസ് കഴിഞ്ഞു പോയതിന്റെ ഒരു ശോകവുമുണ്ട് ജനുവരിക്ക്. ഇതു മടുപ്പിന്റേയും മരവിപ്പിന്റേയും കാലമാണ്. ഡിസംബറിൽ ക്രിസ്തുമസ്സിനുവേണ്ടി പല ക്രെഡിറ്റു കാർഡുകളിലായി വാങ്ങിക്കൂട്ടിയ സാധനങ്ങളുടെ ബില്ലുകൾ വരാൻ തുടങ്ങും. തുക കൃത്യമായി അടച്ചില്ലെങ്കിൽ അമിത പലിശയാണ് കൊടുക്കേണ്ടത്. റോഡും പറമ്പുമെല്ലാം മഞ്ഞുമൂടി വെളുത്ത നിറമായിരിക്കുന്നു.

ജനുവരി അവസാനമാകുമ്പോഴും രാവിലെ ഏഴുമണിക്ക് കിഴക്കു വെള്ളകീറുന്നതേയുള്ളൂ. അസ്തമയത്തിന്റെ സൗന്ദര്യമൊന്നും കാണാറില്ല. സൂര്യൻ എങ്ങോട്ടോ മറയുന്നു. മനസ്സേറെ മടുത്തുപോകുന്ന മഞ്ഞുകാല ദിവസങ്ങൾ വരണ്ടതാണ്.

കേരളത്തിലെ ജൂൺ മഴപോലെ മഞ്ഞ് എപ്പോൾ വേണമെങ്കിലും വീഴാം. എത്രനേരം വേണമെങ്കിലും തുടരാം. മലയാളിക്കു മഴയോടുള്ള സ്നേഹം തന്നെയാണ് വടക്കെ അമേരിക്കക്കാർക്കു മഞ്ഞിനോടുമുള്ളത്. മഞ്ഞില്ലാത്ത തണുപ്പുകാലം അങ്ങേയറ്റം വിരസമാണവർക്ക്. സ്ക്കീയിംഗ്, സ്ക്കെയിറ്റിംഗ്, റ്റബാഗനിംഗ് തുടങ്ങി മഞ്ഞിനടിയിൽ നിന്നും മീൻപിടുത്തംവരെ ഈ കാലത്തെ വിനോദങ്ങളാണ്. തണുപ്പു കുറവുള്ളപ്പോൾ മഞ്ഞുമനുഷ്യനെ ഉണ്ടാക്കാനും നനവുള്ള മഞ്ഞു പന്തായി ഉരുട്ടി പരസ്പരം എറിഞ്ഞു കുസൃതികാട്ടാനും കുട്ടികൾക്കു വളരെ ഇഷ്ടമാണ്.

എന്തായാലും മഞ്ഞിന് ഒരു മാസ്മരിക സൗന്ദര്യമുണ്ട്. മഞ്ഞുമൂടിയ ഇലയില്ലാമരങ്ങൾക്കും ചെടികൾക്കും പ്രത്യേക ഭംഗിയാണ്. ചില മരക്കൊമ്പുകൾ വെളുപ്പുമൂടി വധുവിനെപ്പോലെ തലകുനിച്ചു നില്ക്കുന്നതു കാണാം.

തണുപ്പ് അതിന്റെ മൂർദ്ധന്യത്തിലെത്തുന്നത് ജനുവരിയിലും ഫെബ്രുവരിയിലുമാണ്. പലപ്പോഴും കാറ്റോടുകൂടിയാണ് മഞ്ഞുവീഴുന്നത്. തണുപ്പ് -20 ഡിഗ്രി എന്നാണ് രേഖപ്പെടുത്തുന്നതെങ്കിലും കാറ്റിന്റെ ശക്തിയനുസരിച്ച് അതെ -30 ഡിഗ്രി പോലെ അനുഭവപ്പെടാം. കുത്തിക്കീറുന്ന തണുപ്പ്. കേരളത്തിലെ 35 ഡിഗ്രി ചൂടിലിരുന്ന് അനുമാനിക്കാൻതന്നെ ബുദ്ധിമുട്ടുള്ള കാര്യം!

ഹിമവാതത്തിന് രൂക്ഷത കൂടുമ്പോൾ സ്വറ്റർ അതിനുമുകളിൽ കട്ടിയുള്ള കോട്ട്. കാലിൽ സോക്സും തെന്നി വീഴാതെയും കാലു മരവിപ്പിക്കാതേയും സൂക്ഷിക്കാൻ കട്ടിയുള്ള ബൂട്ട്സ്, കൈയുറകൾ, മഫ്ളർ, ചെവിമറക്കുന്ന തൊപ്പി - ഇതൊക്കെ ഇട്ടാലേ പുറത്തേക്കിറങ്ങാൻ പറ്റൂ. ചിലപ്പോൾ ഇതിനെയെല്ലാം മറികടന്ന് തണുപ്പു കാർന്നു തിന്നുകളയും. അപ്പോൾ കണ്ണടച്ച് എറണാകുളം കാനയുടെ മണം മൂക്കിലേക്ക് ആവാഹിക്കാൻ ശ്രമിക്കും. സുഖദമായ ഒരു ഓർമ്മ. ബ്രോഡ്‌വേ, പ്രസ് ക്ലബ്ബ് റോഡ്, സുഭാഷ് പാർക്ക്, രാജേന്ദ്രമൈതാനം, കാനയുടെ മണം... നെഞ്ചുപൊട്ടുന്നൊരു നാടൻപ്രേമം (നൊസ്റ്റാൾജിയ) നിറഞ്ഞു കവിയും; ചിലപ്പോൾ കണ്ണിലൂടെയും.

അസ്ഥി മരവിപ്പിക്കുന്ന തണുപ്പിലും ചിലപ്പോൾ ആകാശം തെളിഞ്ഞിരിക്കും. മനസ്സിനെ സാന്ത്വനപ്പെടുത്തുന്ന നീലിമയിൽ ചിതറുന്ന മേഘങ്ങൾ. ഈ തണുപ്പിൽ എനിക്കൊരു പങ്കുമില്ലെന്നൊരു തണുപ്പൻ മട്ടാണ് ആകാശത്തിനപ്പോൾ. മഞ്ഞുപെയ്യുവാൻ തുടങ്ങിയാൽ തണുപ്പു കുറയുമെന്ന് അറിവുള്ളവർ പറയുന്നു. പക്ഷേ, മഞ്ഞുകൊഴിയാൻ തുടങ്ങുമ്പോൾ ആകാശം മറഞ്ഞുപോകും. പഴക്കം തോന്നിക്കുന്ന ഒരു മേലാപ്പു മാത്രമേ മുകളിലേക്കു നോക്കിയാൽ കാണൂ. അതുകൊണ്ട് തണുപ്പിഷ്ടപ്പെടാത്തപ്പോഴും നീലാകാശം നോക്കി ഹൃദയം ചിരിക്കും.

റോഡിൽ വീണ മഞ്ഞ് നഗരസഭയുടെ വണ്ടി നീക്കും. മഞ്ഞ് റോഡിനെ വഴുക്കലുള്ളതാക്കുന്നതുകൊണ്ട് മഞ്ഞ് വേഗത്തിലുരുകാനും തെന്നൽ ഒഴിവാക്കാനുമായി ഉപ്പും മണലും കലർത്തിയ മിശ്രിതം റോഡിൽ വിതറും.

മഞ്ഞിനേക്കാളും അപകടകാരി ഫ്രീസിംഗ് റെയ്ൻ എന്ന ഐസുമഴയാണ്. തണുപ്പു കുറവുള്ളപ്പോൾ വീഴുന്ന ഇത് ഭൂമിക്ക് ഒരു സ്ഫടിക ആവരണം കൊടുക്കുമെന്നു പറയാം. ചെടികളും മരങ്ങളുമെല്ലാം ചില്ലിട്ട ഭംഗിയിൽ കാണാം. പക്ഷേ, കാലും കാറുമൊക്കെ വേഗത്തിൽ തെന്നി

പ്പോകാം. ഇത് ധാരാളം അപകടങ്ങൾക്കും മരണങ്ങൾക്കും കാരണ മാവാറുണ്ട്.

തെക്കോട്ടു പൊയ്ക്കൊണ്ടിരുന്ന കാറ് തെന്നി വടക്കോട്ടു തിരിഞ്ഞു നില്ക്കുന്നതു കാണുമ്പോൾ പേടി തോന്നും. കറുത്ത റോഡിൽ നേർത്ത പാളിപോലെ ഐസുണ്ടായാൽ തിരിച്ചറിയാൻ വിഷമമാണ്. ബ്ലാക്ക്-ഐസ് എന്നറിയപ്പെടുന്ന ഈ അപകടകാരിയെ ഒഴിവാക്കാനും ബുദ്ധിമുട്ടാണ്. വളരെ സാവധാനത്തിൽ മുന്നിൽ ധാരാളം സ്ഥലമിട്ട് വണ്ടിയോടിക്കുന്നതാണ് സുരക്ഷിതം. പക്ഷേ ധൃതിക്കാരായ ചിലർ കാറിനു തൊട്ടു പിന്നിലായി പിന്തുടരുമ്പോൾ ചങ്കിടിക്കാൻ തുടങ്ങും.

മഞ്ഞ് അധികമായി വീഴുകയോ അപകടകാരിയായ ഫ്രീസിംഗ് റെയ്ൻ തുടർച്ചയായി പെയ്യുകയോ ചെയ്താൽ ചിലപ്പോൾ സ്കൂളു കൾക്ക് അവധി പ്രഖ്യാപിക്കും. സ്നോഡേ എന്നറിയപ്പെടുന്ന ഈ അവധിക്കാര്യം അതിരാവിലെ റേഡിയോവിലും ടി.വിയിലും വിളംബരം ചെയ്യും. അതുകൊണ്ട് സന്ധ്യക്ക് മഞ്ഞുപെയ്യാൻ തുടങ്ങുമ്പോഴേ കുട്ടി കളും (അധ്യാപകരും) പ്രാർത്ഥിക്കുകയായി.

-കൊട്ടക്കണക്കിനു മഞ്ഞ് ഈ വഴിക്കു വിടണെ ഭഗവാനെ! നാളെ ക്ലാസ്സുണ്ടാവല്ലെ.

എന്നാൽ അധ്യാപകരല്ലാത്ത ഉദ്യോഗസ്ഥർക്ക് ഇതൊരു തലവേദന യാണ്. സ്കൂളുകൾക്കു മാത്രമേ അവധിയുള്ളൂ. ഒന്നുകിൽ ഒരാൾ അവധിയെടുക്കണം. അല്ലെങ്കിൽ കുട്ടികളെ ആരെയെങ്കിലും ഏല്പി ക്കേണ്ടിവരും. ദുരിതം പിടിച്ച വഴിതാണ്ടി ജോലിക്കു പോവുകയും വേണം. അതുകൊണ്ട് മഞ്ഞിനു കടുപ്പം കൂടുമ്പോഴേ അധ്യാപികമാ രായ സീനുവിനും അനിതയ്ക്കും നേരെ കുശുമ്പൻ ഫോൺ വിളികൾ വരും.

-കള്ള വാദ്ധ്യാരത്തികളെ, എത്ര മെഴുകുതിരി കത്തിച്ചു?

രാത്രിയിലെ വാർത്തയിൽ മഞ്ഞിന്റെ വരവിനെപ്പറ്റിയുള്ള അറി യിപ്പു കേട്ടപ്പോഴേ ഉണ്ണിയും കുഞ്ഞുണ്ണിയും മനക്കോട്ട കെട്ടാൻ തുടങ്ങി.

-നാളെ സ്നോഡേയാണെങ്കിൽ ആരാ ഞങ്ങളുടെ കൂടെ വീട്ടിലി രിക്കാൻ പോകുന്നത്.

-അവധിയാണെങ്കിലല്ലെ. തല്ക്കാലം വിഷമിക്കേണ്ട.

കൊഞ്ഞനം കുത്തി പ്രതീക്ഷയുടെ മുനയൊടിച്ചെങ്കിലും ഉള്ളിലാ ച്ചോദ്യമുണ്ട്.

-നാളെ എങ്ങനെയൊരു അവധിയൊപ്പിച്ചെടുക്കും?

ഇളംഹൃദയങ്ങളെ നിരാശപ്പെടുത്തിക്കൊണ്ട് മഞ്ഞു വഴിമാറിപ്പോയി. കാലത്തെ വിളിച്ചുണർത്തിയപ്പോൾ കുഞ്ഞുണ്ണിയുടെ പ്രസ്താവന.

-ഐ ഡോണ്ട് വാണ്ടു ടു ഗോ ടു സ്കൂൾ ടുഡേ!

-എനിക്കിന്നു ജോലിക്കു പോകാനുമിഷ്ടമില്ല.

-എന്നാ നമ്മൾക്കു ഇവിടിരിക്കാം.

-അതു പറ്റില്ല.

-വൈ?

-അതെന്താന്നു വച്ചാ ഈ ലോകം ഒരു മഹാ അൽക്കുലുത്തു സ്ഥലമാ. നമ്മക്കു ഇഷ്ടമുള്ളതു മാത്രം ചെയ്തങ്ങു ജീവിക്കാൻ സമ്മതിക്കില്ല.

-വൈ?

-അതെന്താന്നു വച്ചാ... പല്ലുതേച്ച് കുളിച്ചു കുട്ടപ്പനായിട്ടു വാന്ന്

-അമ്മയൊരു അഗ്ഗുലുകുലക്കാ.

-പോടാ

-നീ പോടാ.

വാത്സല്യത്തിൽ പുല്ലിംഗം മാത്രമറിയാവുന്ന ഉണ്ണികളുടെ സ്നേഹപ്രകടനം സായ്‌വൻ ചുവയുള്ള ഭാഷയിൽ. ഒരാൾ കുളിമുറിയിൽ കടന്നുകിട്ടി - അൻപതു ശതമാനം പണികഴിഞ്ഞു. അടുത്തയാളോട് എഴുന്നേല്ക്കാൻ പറഞ്ഞപ്പോഴേ വ്യക്തമായ ഉത്തരം കിട്ടി.

-വേണ്ട!

രണ്ട്

# വാലന്റൈൻ ദിനങ്ങളും വിന്റർബ്ലൂസും

തണുപ്പിന്റെ കടലിലാണ് ഫെബ്രുവരിയും. എപ്പോൾ വേണമെങ്കിലും മഞ്ഞു വീഴാം. അസ്ഥിക്കകത്തേക്കു കയറിപ്പോകുന്ന തണുപ്പ്. ഉപ്പും മഞ്ഞും ചേർന്ന് റോഡ് പൂപ്പൽ പിടിച്ചതുപോലെ. റോഡിലുള്ള വണ്ടികൾക്കും മഞ്ഞും ഉപ്പും പറ്റിപ്പിടിച്ച് നരച്ച നിറമായിരിക്കുന്നു. പുല്ലിന്റെ പച്ചയും റോഡിന്റെ കറുപ്പും നടപ്പാതയുടെ അരികുവാളവുമൊക്കെ കണ്ടുമറന്ന സ്വപ്നംപോലെ. അതൊക്കെ ഇനിയൊരിക്കലും തിരികെവരില്ലെന്നുതന്നെ തോന്നിപ്പോകും.

മരവിച്ച ഫെബ്രുവരിയെ ഊഷ്മളമാക്കുന്നത് പതിനാലാം തീയതിയെത്തുന്ന വാലന്റൈൻസ് ഡേയാണ്. ജീവിതത്തിന്റെ വസന്തമെന്നു വിളിക്കാവുന്ന പ്രണയത്തെ ആഘോഷിക്കുവാനായി വർഷത്തിലൊരു ദിവസം. ഇപ്പോൾ അതിനുള്ള തയ്യാറെടുപ്പിലാണ് ഉത്തരയമേരിക്ക. ചോക്ലേറ്റിന്റെ മധുരവും പൂവിന്റെ സ്നിഗ്ദ്ധതയും സ്വകാര്യ വചനങ്ങളുടെ ഊഷ്മളതയുംകൊണ്ട് ഹൃദയത്തിനു പ്രിയപ്പെട്ടയാളെ വാനോളം ഉയർത്തുവാനായിട്ടൊരു ദിവസം.

മേഘസന്ദേശത്തിന്റേയും ശാകുന്തളത്തിന്റേയും പ്രണയത്തിന്റെ രക്തസാക്ഷിയായ രമണന്റേയും നാട്ടിൽനിന്നും വന്നിട്ടും പൊതുവെ പ്രണയപ്രകടനങ്ങളോടു വിമുഖത കാണിക്കുന്നവരാണ്. ശങ്കകൂടാതെ വഴിയരികിൽ വിസർജ്ജനം നടത്തിയാലും ഭാര്യയെ പരസ്യമായി സ്പർശിക്കുന്നത് അപഹാസ്യമായി കരുതുന്നതാണു ഭാരതീയ ദർശനം എന്നൊരു തമാശ നിലവിലുണ്ട്. അടിമുടിയാനന്ദിപ്പിക്കുന്ന ഹൃദയത്തിന്റെ പുളകത്തെ നമുക്കു ഭയമാണൊ? രതി മന്മഥന്മാരും രാധാകൃഷ്ണന്മാരും നമ്മുടെ പുരാണങ്ങളിൽ ഉരുത്തിരിഞ്ഞതാണ്. രതിയെ കലയായും ശാസ്ത്രമായും പോറ്റിയ വാത്സ്യായനന്റെ പാരമ്പര്യമാണു

ഭാരതത്തിന്റേത്. നമ്മുടെ സാഹിത്യത്തിലും സിനിമയിലും പ്രണയവും കാമവും നിറഞ്ഞുനില്ക്കുമ്പോഴും നിത്യജീവിതത്തിൽ അതിനെ ഗൂഢമായി വയ്ക്കുവാനാണ് മലയാളിക്കിഷ്ടം. എന്നാൽ ഹൃദയത്തിലൂറുന്ന സ്നേഹത്തേക്കാളും കാമാസക്തിക്കു മുൻതൂക്കം കൊടുക്കുന്ന സംസ്കാരമാണ് ഉത്തരയമേരിക്കയുടേത്. നീളൻ തണ്ടുള്ള ചെമ്പനീർപ്പൂക്കളും ചോക്ലേറ്റും വർണ്ണാഭമായ ആശംസാപത്രങ്ങളും വജ്രാഭരണങ്ങളുമൊക്കെ പ്രണയദിനത്തിലെ സമ്മാനങ്ങളിൽ പ്രസിദ്ധമായവയാണ്.

ഫെബ്രുവരിയുടെ ഏറ്റവും വലിയ ആഹ്ലാദം ഇരുളിന്റെ ദൈർഘ്യം കുറയുന്നതാണ്. ഫെബ്രുവരി അവസാനമാകുന്നതോടെ വൈകുന്നേരം ആറുമണി കഴിഞ്ഞിട്ടേയുള്ളൂ സൂര്യാസ്തമയം. രാവിലെ ആറുമണിക്കു മുമ്പേ സൂര്യനുദിക്കുകയും ചെയ്യും. ദിവസങ്ങൾക്കിപ്പോൾ കേരളീയ ദൈർഘ്യമായതുകൊണ്ട് പ്രഭാതത്തിനും പ്രദോഷത്തിനും സുഖമുണ്ട്. സന്ധ്യ എന്ന വാക്കിനും പ്രയോഗത്തിനും ചെറുപ്പത്തിലേ ഉപയോഗിച്ചു വന്ന സമയം കൈവന്നിരിക്കുന്നു.

തണുപ്പാണെങ്കിലും മേഘക്കൂടുപൊട്ടിച്ച് സൂര്യൻ പുറത്തുവരും. സൂര്യരശ്മി ചരിഞ്ഞ് വെളുത്ത മഞ്ഞിൽ പതിക്കുന്നതുകൊണ്ട് വെളിച്ചം ഇരട്ടിക്കും. സൂര്യപ്രകാശത്തിൽ കണ്ണു മഞ്ഞളിക്കുക തന്നെ ചെയ്യും. സ്റ്റൈലിനു വേണ്ടിയല്ലെങ്കിലും ഒരു കരുണാനിധി കണ്ണാടി ഫിറ്റു ചെയ്യാതെ ഡ്രൈവിംഗ് സാധ്യമല്ലാതെ വരും.

-നാൻ ആണയിട്ടാൽ.... എന്നോരു മൂളിപ്പാട്ടോടെ ഡ്രൈവു ചെയ്യുമ്പോൾ തണുപ്പും മരവിപ്പുമൊക്കെ മറന്നുപോകും. പിന്നിലുള്ള വാഹനങ്ങളെല്ലാം കാണുവാൻ പാകത്തിൽ പിൻകണ്ണാടി ഒന്നുകൂടി നേരെയാക്കി. പിന്നിലെ ചെറിയ ഹോണ്ടയിൽ തവിട്ടുനിറക്കാരൻ പയ്യനാണ്. കണ്ടിട്ട് ഈ നാട്ടിൽ ജനിച്ചു വളർന്ന കുട്ടിയാണെന്നു തോന്നുന്നു. പയ്യൻസ് സൂക്ഷിച്ചുനോക്കുന്നുണ്ട്. തുറിച്ചുനോട്ടം ഏഷ്യക്കാരുടെ ഒരു പൊതുദോഷമാണ്.

ഹൈവേയിലേക്കുള്ള വഴിതിരിയുമ്പോൾ കുടിയേറ്റക്കുട്ടിയും തൊട്ടുപിന്നാലെ തിരിയുന്നു. ചിരിച്ചത് അവനെ നോക്കിയാണെന്ന് തെറ്റിദ്ധരിച്ചിരിക്കുമോ? റേഡിയോ ഉച്ചത്തിൽ വച്ച് അതിനൊപ്പം പാടുന്നതും റേഡിയോ തമാശകൾ കേട്ട് ഒറ്റയ്ക്കു ചിരിക്കുന്നതുമൊക്കെ ഡ്രൈവിംഗിനിടയിൽ സാധാരണമാണ്. കാനഡാക്കാരൻ തെറ്റിദ്ധരിക്കേണ്ട ആവശ്യമില്ല.

കാമിനിയാണെന്നു തെറ്റിദ്ധരിച്ചതാവും കാറ് തൊട്ടരികിൽ കൊണ്ടു വന്ന് കുടിയേറ്റക്കുട്ടി നന്നായിട്ടൊന്നു നോക്കി. മുഖം കണ്ടു ഭയന്നി ട്ടാവും പാവം വഴി മാറിപ്പോവുകയും ചെയ്തു.

-ഡേറ്റിംഗിനൊന്നും അമ്മച്ചിക്കു നേരമില്ലല്ലൊ കുഞ്ഞിമോനെ. വീട്ടിൽ രണ്ടാമ്പിള്ളേർ വയറുകാഞ്ഞ് പൊരനിറഞ്ഞു നില്ക്കുന്നു. പോട്ടെ റ്റാ... റ്റാ....

സ്വയം യാത്രപറഞ്ഞ് ഹൈവേയിലേക്കു കയറുമ്പോൾ തുറിച്ചു നോട്ടക്കാരന്റെ പൊടിപോലും പിന്നിലുണ്ടായിരുന്നില്ല.

റേഡിയോയിൽ ഇപ്പോൾ വിന്റർ ബ്ലൂസിനെപ്പറ്റിയാണു വർത്ത മാനം. മഞ്ഞുകാലത്തു ചടഞ്ഞിരുന്ന് ആരോഗ്യം നഷ്ടപ്പെടാതെയും വിഷാദരോഗം പിടിപെടാതെയും സൂക്ഷിക്കുക. അരമണിക്കൂർ യോഗാ ഭ്യാസം ചെയ്താൽ ക്ലേശങ്ങൾ പകുതി കുറയുമെന്ന് യോഗക്ലാസ്സു കാരുടെ പരസ്യം. അവരുടെ സ്ഥാപനത്തിലെത്താൻ അരമണിക്കൂർ, യോഗാസനത്തിന് അരമണിക്കൂർ, തിരികെ വീട്ടിലെത്താൻ അരമണി ക്കൂർ. ദിവസവും അത്രയും സമയം നീക്കിവെക്കാൻ ഉണ്ടായിരുന്നെ ങ്കിൽ ക്ലേശങ്ങൾ പാതിയല്ല മുക്കാലും കുറയുമല്ലോ!

ആരോഗ്യ-സൗന്ദര്യ വിദഗ്ദ്ധരുടെ ഉപദേശങ്ങൾ തട്ടിയിട്ടു വഴി നടക്കാൻ വയ്യാതായിട്ടുണ്ട്. പതിവായി കുറച്ചു ദൂരം നടക്കുന്നതും വ്യായാമം ചെയ്യുന്നതും ആരോഗ്യത്തിനു നല്ലതാണെന്നു മാത്രമല്ല അത്യാവശ്യവുമാണ്. അവനവനു വേണ്ടി ദിവസവും മുപ്പതു മിനിറ്റെ ങ്കിലും മാറ്റിവയ്ക്കണം. നഖം പുരികം തുടങ്ങിയതൊക്കെ വൃത്തി യായും ഭംഗിയായും സൂക്ഷിക്കണം.

കുട്ടികളുടെ കൂടെ സമയം ചിലവാക്കണം. ക്ഷമയോടെ അവർ പറയുന്നതുകേട്ട് ചിരിച്ചുകൊണ്ട് പ്രശ്നങ്ങൾ ചർച്ച ചെയ്യണം. പങ്കാളി യുമായി ഉല്ലാസത്തോടെ സമയം ചിലവഴിക്കേണ്ടത് ദാമ്പത്യത്തിൽ അനിവാര്യമാണ്. സ്വന്തമായിട്ടൊരു ഹോബിയുള്ളത് മാനസികാരോഗ്യ ത്തിനു വളരെ നല്ലതാണ്. ഇതൊക്കെ ശരിയാണെന്നു വിശ്വസിപ്പി ക്കുന്ന തെളിവുകളുടെ അകമ്പടിയോടെയാണ് നിർദ്ദേശങ്ങൾ.

മുഖവും മുടിയും തൊലിയുമൊക്കെ സംരക്ഷിക്കാനുള്ള 'എളുപ്പ' വിദ്യകൾ പേജുകൾ കവിഞ്ഞൊഴുകുകയാണ് പ്രസിദ്ധീകരണങ്ങളിൽ. വെള്ളരിക്ക മുറിച്ച് കണ്ണിൽവെച്ച് അരമണിക്കൂർ കിടക്കുക. നാരങ്ങാ നീര്, മഞ്ഞൾ പിന്നെ വേറെ പതിനഞ്ചു പലവ്യഞ്ജനങ്ങളും മുഖത്ത്

അരച്ചുപുരട്ടി.... കുരുമുളകോ കുമ്പളങ്ങയോകൂടി ചേർത്താൽ മുഖം സാമ്പാറാകുമോ വറുത്തുകൂട്ടാൻ പാകത്തിലാവുമോ എന്നു സംശയിക്കുമ്പോൾ കൊതിപ്പിക്കുന്ന വിഭവങ്ങളുടെ പാചകക്കുറിപ്പുകളാണ് അടുത്ത പേജുകളിൽ.

ഇങ്ങേയറ്റം ദന്തഡോക്ടറും തന്നിട്ടുണ്ട്. പുതിയൊരു ആയുധം - സൽക്ക ബ്രഷ്! മോണരോഗത്തെ അകറ്റും. മോണയ്ക്കും പല്ലിനും അതിശക്തി നല്കും. പതിവുള്ള പല്ലുതേപ്പുകഴിഞ്ഞ് ദിവസവും വെറും പത്തുമിനിറ്റ് അതിനുവേണ്ടി നീക്കിവെക്കാത്തവർ പാപികൾ!

ഒരു ദിവസത്തിന് ഇരുപത്തിനാലു മണിക്കൂർ എന്നതു പഴഞ്ചൻ കണക്ക്. അതു കൂട്ടിത്തരുന്ന ബ്രഷ്, യോഗാസനം, വ്യായാമം, ഹോബി തുടങ്ങിയ എന്തെങ്കിലുമൊന്ന് വിപണിയിൽ ഇറങ്ങുന്നുമില്ല. അതുകൊണ്ട് ക്ഷീണം, ജോലിയിലെ പ്രശ്നങ്ങൾ, കാലാവസ്ഥയുടെ മടുപ്പ് ഒക്കെ തീർക്കാൻ പലപ്പോഴും വീട്ടിലുള്ളവരോട് നാവുകൊണ്ട് കടുപ്പത്തിൽ വ്യായാമം ചെയ്യുക എന്ന കുറുക്കുവഴിയിലേക്കു വഴുതിപ്പോകും. ഒരു സ്ലിപ്പറി സ്ലോപ്പ്!

മെലിഞ്ഞു നീണ്ട കൈയും കാലും വളച്ച് അമ്മയുടെ ദേഹത്തെറിഞ്ഞുപിടിപ്പിച്ച് മുഖം കവിളോടു ചേർത്തുവച്ചുറങ്ങാനാണ് ഉണ്ണികൾക്കിഷ്ടം. അപ്പോൾ, കിനാവള്ളി പിടിച്ചതുപോലെ മനുഷ്യനു ശ്വാസംവിടാൻ കൂടി വയ്യല്ലോ എന്നൊക്കെയൊന്നു ശാസിച്ച് ചിരിയോടെ അമ്മയധികാരം കാണിക്കാനും മറക്കാറില്ല. പക്ഷേ, ഉറക്കത്തിന്റെ ശാന്തതയിലേക്കവർ കടന്നുകഴിയുമ്പോൾ വല്ലാത്തൊരു നഷ്ടബോധം തോന്നും.

-അമ്മ, ഒരു ക്വസ്റ്റ്യൻകൂടി, ലാസ്റ്റ് വൺ

എന്നൊരു ആമുഖവുമായിട്ട് നീണ്ടയൊരു കഥ പറയുന്ന കുസൃതി ശബ്ദത്തിന് നെഞ്ചുകാക്കും. ശ്വാസത്തിന്റെ താളവും ചെറിയ മുഖങ്ങളുടെ അമ്മമാർക്കുമാത്രം കാണാൻ കഴിയുന്ന അതിഭംഗിയുമൊക്കെ കണ്ടിരിക്കുമ്പോൾ നിർബന്ധിച്ച് ഉറക്കേണ്ടിയിരുന്നില്ലെന്നു തോന്നും. നാളെയാവട്ടെ, പറയാനുള്ളതു മുഴുവൻ കേട്ട്, എല്ലാ ചോദ്യങ്ങൾക്കും ഉത്തരം പറഞ്ഞിട്ടേ ഉറക്കാവൂ. പക്ഷേ, നാളെ ഇന്നത്തേതിനേക്കാൾ തിരക്കായിരിക്കുമെന്ന് അവർക്കും അമ്മയ്ക്കുമറിയാവുന്ന സത്യം. ഇതുപോലെ എത്ര ഇന്നുകളും നാളെകളും കഴിഞ്ഞിരിക്കുന്നു.

ചില ഇന്നുകളിൽ അമ്മയുടെ തീർത്താൽ തീരാത്ത പണിക്കു ശിക്ഷയായി അവർ മുഖം വീർപ്പിച്ച് പരാതിപ്പെട്ട് സോഫയിൽ ഒറ്റയ്ക്കുറങ്ങും. തിരക്കുകൾ മുഴുവൻ തീർന്ന് ചോദ്യങ്ങൾക്കെല്ലാം ഉത്തരം പറയാൻ നേരം കിട്ടുമ്പോഴേക്കും വാർദ്ധക്യം വന്നുമൂടിയിരിക്കും. അപ്പോൾ അമ്മയ്ക്കുത്തരമറിയാവുന്ന ചോദ്യങ്ങളൊന്നും അവർക്കു ബാക്കിയുണ്ടാവില്ല. അവർ തീരാത്തിരക്കിന്റെ നടുവിൽ ശ്വാസം മുട്ടുമ്പോൾ പരാതി പറയുന്നത് അമ്മയാവും.

മൂന്ന്

# മേപ്പിൾമരത്തിലെ ഗന്ധർവ്വന്മാർ

**മാ**ർച്ചിന് ആഹ്ലാദം പലതുണ്ട്. തണുപ്പിന്റെ അരം കുറയും. വരാൻ പോകുന്ന വസന്തത്തെ ഓർമ്മിപ്പിച്ച് സൂര്യൻ നിറഞ്ഞു ചിരിക്കും. എന്നാലും ഇവിടെ ജീവിച്ചു പഴകിയവർക്കറിയാം ഈ കള്ളച്ചിരി തട്ടിപ്പാണെന്ന്. മാർച്ചിൽ സാധാരണ ഒരു തവണയെങ്കിലും കടുത്ത മഞ്ഞു വീഴ്ച ഉണ്ടാവാറുണ്ട്.

ഭൂമദ്ധ്യരേഖയിൽനിന്നും അകലുംതോറും രാത്രിയുടേയും പകലിന്റേയും ദൈർഘ്യത്തിന് വ്യത്യാസം വരും. ധ്രുവത്തോട് അടുക്കുംതോറും വേനൽക്കാലത്ത് പകലിന് രാത്രിയേക്കാൾ വളരെ നീളം കൂടുതലാണ്. ഈ കാലത്ത് സൂര്യപ്രകാശം കഴിയുന്നത്ര പ്രയോജനപ്പെടുത്താൻവേണ്ടി ഈ നാട്ടിൽ ക്ലോക്ക് ഒരു മണിക്കൂർ മുന്നോട്ടു മാറ്റിവയ്ക്കും. മാർച്ചിലെ ആദ്യത്തെ ഞായറാഴ്ച വെളുപ്പിന് രണ്ടു മണിക്കാണ് ഇതുചെയ്യുന്നത്. അതായത് രാവിലെ ആറുമണി. അന്നുമുതൽ ഏഴുമണിയാകുമെന്നർത്ഥം. ഒരു മണിക്കൂർ ഉറക്കം നഷ്ടം. ആദ്യത്തെ ഒരാഴ്ച ഇതുമായി പൊരുത്തപ്പെടുവാൻ വലിയ ബുദ്ധിമുട്ടാണ്. തീരാത്ത ഉറക്കവുമായിട്ടാണ് എന്നും കാലത്തെ എഴുന്നേല്ക്കുന്നത്. അതിനുപുറമെ ഒരു മണിക്കൂർ നേരത്തെ ഉണരണമെന്നു കൂടി പറഞ്ഞാൽ മനസ്സും ശരീരവും ഒരാഴ്ച പ്രതിഷേധിക്കും. ഒരാഴ്ച കഴിയുമ്പോഴേക്കും പുതിയ സമയവുമായി പൊരുത്തപ്പെടും.

മാർച്ചു ബ്രെയ്ക്ക് എന്ന ഒരാഴ്ചത്തെ സ്കൂളവധിയാണ് ഏറ്റവും സന്തോഷിപ്പിക്കുന്നത്. മാർച്ചു തുടങ്ങുമ്പോഴേ ഉണ്ണിപ്പടയ്ക്ക് അതിനേപ്പറ്റിയേ പറയാനുള്ളൂ. പിന്നെ ദിവസവും മിനിറ്റും ഒക്കെ എണ്ണലായി. ഒരാഴ്ച ഗൃഹപാഠം, യൂണിഫോം, ഭക്ഷണപ്പൊതി ഒന്നും അന്വേഷിക്കേണ്ടല്ലോ എന്നോർക്കുമ്പോൾ അച്ഛനമ്മമാർക്കും ഉണ്ടൊരു നേർത്ത കള്ളച്ചിരി.

ഉണ്ണിയും കുഞ്ഞുണ്ണിയും ഒരേ ശബ്ദത്തിൽ പറയും.

-ലെയ്റ്റായിട്ടേ എഴുന്നേൽക്കൂ!

-ആയിക്കോളൂ.

പക്ഷേ, എട്ടുമണിക്കു മുമ്പേ ടി.വിയുടെ ശബ്ദം വീടിനകത്തു മുഴങ്ങും.

-നല്ല കാർട്ടൂൺസൊക്കെ രാവിലെയാണ്.

പല്ലു തേക്കാത്ത ചിരിയുമായിട്ടാണ് ഉണ്ണിക്കമന്റുകൾ. പല്ലു തേക്കാത്തതിനു കണ്ണുരുട്ടിയാൽ സ്നേഹത്തിൽ പൊതിഞ്ഞൊരു മറുപടി.

-പല്ലുതേക്കുന്ന സൗണ്ടുകേൾപ്പിച്ച് നിങ്ങളെ ഉണർത്തണ്ടാന്നു കരുതി.

ഉണ്ണികൾക്കവധിയാകുമ്പോൾ അമ്മയ്ക്കുമച്ഛനും വേണമല്ലോ കുറച്ചവധി. തിരക്കില്ലാതെ എഴുന്നേറ്റ്, സോഫയിൽ വീണ്ടും മടിപിടിച്ചിരുന്ന് കാപ്പി ഊതിക്കുടിച്ചങ്ങനെ ഇരിക്കാൻ കഴിയുന്നതെന്തു സുഖമാണ്.

ആഹാ സുഖം... സുഖം...

പക്ഷേ, അപ്പോൾ തുടങ്ങും മനസ്സിനൊരു തുള്ളൽ. തുണി കഴുകാനുണ്ട്, ചെടി നനക്കാനുണ്ട്, പാത്രം കഴുകാനുണ്ട്, കറി വയ്ക്കേണ്ടതുണ്ട്... ഉണ്ട്... ഉണ്ട്.... ഉണ്ടായ്മകളങ്ങനെ മര്യാദവിട്ട് നീണ്ടുവലിഞ്ഞു പെരുകിവന്ന് കൊച്ചു സുഖങ്ങളെയൊക്കെ കരുമുരാന്നങ്ങു കടിച്ചു തിന്നു കളയും.

അവധിമുഴുവൻ അകത്തിരുന്നു തീർക്കാൻ കുട്ടികൾ തയ്യാറല്ല. മഞ്ഞും തണുപ്പും മാറിയിട്ടില്ലാത്തതുകൊണ്ട് പുറത്തുള്ള കളികളൊന്നും നടപ്പില്ല. പുതിയ സിനിമ കാണണം. ബോളിംഗിനും മറ്റു കളികൾക്കും പോകണം.

പ്ലേഡിയം എന്നത് ഇവിടുത്തെ കൗമാരത്തിന്റെ സ്വപ്നലോകമാണ്. ഒരു കെട്ടിടത്തിനകത്ത് കാക്കത്തൊള്ളായിരം ഇലക്ട്രോണിക് ഗെയിമുകൾ. ചെറിയ കുട്ടികൾ മുതൽ പ്രായമുള്ളവർക്കുവരെ രസിക്കുന്ന കളികളുണ്ട്. അകത്തു കടക്കുന്നതിനു മുമ്പ് നമുക്കു വേണ്ടത്ര പണമടച്ച് പാസ്സുകൾ വാങ്ങാം. ക്രെഡിറ്റുകാർഡുപോലെയിരിക്കുന്ന ഇത് ഗെയിം മെഷീനുകൾ വായിക്കും. ഓരോ കളിക്കും നിശ്ചിത പോയിന്റുകളുണ്ട്. കാർഡിലെ പോയിന്റുകൾ തീരുന്നതുവരെ കളിക്കാം.

ഉണ്ണിക്ക് ഏറ്റവും ഇഷ്ടപ്പെട്ടത് ഇൻഡികാർ റെയ്സാണ്. എട്ടു പേർക്ക് ഒരേസമയം മത്സരിക്കാം. വളവുകളും തിരിവുകളും കടന്നുള്ള കാറോട്ടമത്സരം. ആദ്യത്തെ തവണ ഉണ്ണി ഒന്നംസ്ഥാനത്തെത്തി. ഒരു ഹാംബർഗർ സമ്മാനമായിക്കിട്ടിയതോടെ ഇൻഡികാർ ചാമ്പ്യൻ എന്നൊരു ഭാവം ഉണ്ണിമുഖത്ത്. നടപ്പിലും ഇരിപ്പിലുമൊക്കെ ഗിയറു മാറ്റുകയും സ്റ്റിയറിംഗു തിരിക്കുകയും ചെയ്യുന്നുണ്ട്. ഭാവനയുടെ ലോകം എത്ര സുന്ദരമാണ്!

കുഞ്ഞുണ്ണി തിരഞ്ഞെടുത്തത് മോട്ടോർ സൈക്കിൾ റെയ്സാണ്. മോട്ടോർ സൈക്കിളിലിരുന്ന് മുമ്പിലുള്ള സ്ക്രീനിലേക്കു നോക്കിയാണ് കളിക്കുന്നത്. വേഗത, വളവുതിരിവ് തുടങ്ങിയ കൺട്രോളുകൾ ഇരിക്കുന്നത് മോട്ടോർ സൈക്കിളിൽ. വണ്ടിയോടിക്കേണ്ട വഴി സ്ക്രീനിൽ കാണാം. എളുപ്പമുള്ള നല്ല വഴിയിലൂടെയാണു തുടക്കം.

കുറച്ചു കഴിഞ്ഞതോടെ ഭൂമിയുടെ മട്ടു മാറി. പാറക്കെട്ടുകൾ, വേരുകൾ താഴോട്ടു തൂങ്ങിയ വന്മരങ്ങൾ. തെങ്ങുകളും വാഴയും ആമ്പൽ പൂക്കളുമുള്ള ദേശത്തൂടെ കുഞ്ഞുണ്ണി പായുകയാണ്. ഇടയ്ക്കൊക്കെ നിരത്തു വക്കിലിടിച്ചും മരങ്ങളിൽത്തട്ടിയും പാച്ചിലോടു പാച്ചിൽ. കണ്ണുകൾ വഴിവക്കിലുടക്കിപ്പോകുന്നു.

അറിയാതെ മനസ്സിൽ കുട്ടിയും കോലും തകതിമി പാടി. മനസ്സ് പഴയ ബാല്യത്തിന്റെ ആഹ്ലാദം ഒരു കോലുകൊണ്ടളക്കാൻ ശ്രമിക്കുകയാണ്.

കുത്തിക്കോര്, ഇട്ടോടി, മുറി, നാഴി, ഐറ്റി, ആറേങ്കാല്....

അടുത്തത് ഏതോ കെട്ടിടത്തിൽ ഒളിച്ചിരിക്കുന്ന അക്രമികളെ തുരത്തുന്ന കളിയാണ്. തോക്കുപോലുള്ള വസ്തുകൊണ്ട് സ്ക്രീനിലേക്കു വെടിവയ്ക്കാം. വെടിയേറ്റാൽ സ്ക്രീനിൽ പച്ചനിറം പടരും. അക്രമി അപ്രത്യക്ഷനാകും. നിറം പച്ചയാണെങ്കിലും വെറും കളിയാണെങ്കിലും കൊലയും അക്രമവുമൊക്കെത്തന്നെയെന്നു പറയുമ്പോൾ ഉണ്ണികൾ നെറ്റി ചുളിക്കും.

–മോസ്റ്റു ഗെയിംസും അങ്ങനെയാണ്.

സംഗതി സത്യം തന്നെ. കൂടുതൽ കളികളിലും അക്രമത്തിനാണു പ്രാധാന്യം. രണ്ടു കുട്ടികളെ മാത്രം അതിൽനിന്നും മുഖം തിരിച്ചു നിർത്തുക സാധ്യമാണൊ? നാടോടുമ്പോൾ നടുവെ ഓടാതിരുന്നാലൊ?

രാത്രിയിൽ അടുക്കളപ്പുറത്ത് മഞ്ഞിനു പകരം മഴ താളംകൊട്ടി.

ഇടവപ്പാതി പാതിരയാണിടിയും മഴയും പൊടിപൂരം.

പുരമുറ്റത്തെ പുളിമാവിന്മേൽ ഒരു ഗന്ധർവ്വൻ പാടുന്നു.

ഇടശ്ശേരി ചെവിയിൽ മൂളിയപ്പോൾ അടുക്കളയിൽനിന്നും പുറത്തേക്കിറങ്ങാനുള്ള വീതികൂടിയ ചില്ലുവാതിലിലൂടെ പുറത്തേക്കു നോക്കി. പുളിമാവില്ലാത്ത പുരമുറ്റത്ത് ഗന്ധർവ്വന്മാർ ഉലാത്തുന്നുണ്ടാവുമൊ?

കുറ്റിക്കാടായിരുന്ന പ്രദേശം വെട്ടിത്തെളിച്ച് വീടുകൾ പണിതതാണ്. ഒരുപാടു മാനുകൾക്കും മുയലുകൾക്കും വീടുകൾ നഷ്ടപ്പെട്ടിട്ടുണ്ട്. അവയൊക്കെ പുറത്തുനിന്ന് ചില്ലും കോൺക്രീറ്റും നോക്കി പകയോടെ ശപിക്കുന്നുണ്ടാവുമൊ?

വീടുകൾക്കിടയിലൂടെ നീൾ മിഴിനീട്ടി പച്ചത്തലപ്പുനോക്കി വരുന്ന ഒരു മാനിനെ, ക്യാരറ്റന്വേഷിച്ചുവരുന്ന നീളൻ ചെവിക്കാരൻ മുയലിനെയൊക്കെ കുട്ടികളോടൊപ്പം കൂടി ഇടയ്ക്കു നോക്കാറുണ്ട്. വീടിന്റെ പിന്നാമ്പുറം ഒരു ഡിസ്നി സിനിമപോലെ സൗഹൃദമൃഗങ്ങൾ മേഞ്ഞു നടക്കുന്നതായി സങ്കല്പിച്ച് കഥകൾ മെനയാറുണ്ട്. അപ്പോൾ ഇളം കണ്ണുകളിൽ ഉദിച്ചുയരുന്ന നക്ഷത്രങ്ങൾക്ക് വോൾട്ടേജു വളരെ കൂടുതലായിരിക്കും.

അതിനിടയ്ക്ക് അമ്മ സ്വപ്നങ്ങളിലേക്കു ചില പരദേശികൾ നൂണ്ടു കയറും. കാനഡയുടെ സ്വന്തമായ മേപ്പിൾമരത്തിൽ കുട്ടിക്കരണം മറിയുന്ന ഗന്ധർവ്വന്മാർ. വീപ്പിംഗ് വില്ലോ എന്ന സുന്ദരി മരത്തിൽ കാലാട്ടിയിരുന്ന് മുടിയുണക്കുകയും നഖത്തിൽ ചായം പുരട്ടുകയും ചെയ്യുന്ന യക്ഷികൾ.

പണ്ടൊരു സുൽത്താൻ എറിഞ്ഞുകൊടുത്ത താമ്രപത്രവും കടിച്ചുപിടിച്ച് നിശ്ശബ്ദനായി ഒരു കോയിക്കോടൻ കുറുക്കൻ. പോകരുതേ എന്നു കൊഞ്ചി മുണ്ടിൻ ഞൊറിവിൽ കടിച്ചുവലിക്കുന്നൊരു മാൻപേട, ഒരു തേന്മാവും അതിൽ പടർന്നൊരു മുല്ലവള്ളിയും ചുറ്റും കഞ്ചുകം അഴിച്ചും മുറുക്കിയും ബ്രായുടെ പരസ്യംപോലെ കുറച്ചു മുനികന്യകമാർ....

അല്ല, അത് ഭർത്താവു കാണേണ്ട സ്വപ്നമാണല്ലൊ!

ഉറക്കവും കളിയും കിനാവുകാണലുമായി ഒരാഴ്ച വേഗം പൊയ്ക്കളയും. അവധികഴിഞ്ഞ് സ്കൂളിലേക്കുള്ള മടക്കം സങ്കടത്തിലാണ്. സോക്സെവിടെ, യൂണിഫോം തേച്ചിട്ടുണ്ടൊ, ലഞ്ചുബാഗു കാണാനില്ല

തുടങ്ങിയ പ്രഭാത സൂക്തങ്ങൾ കഴിഞ്ഞ് സ്കൂളിലെത്തിയാൽ ഒരാഴ്ച ചെയ്ത വീരകൃത്യങ്ങൾ പരസ്പരം പറയാം.

സ്കൂളിലെ ചങ്ങാതിമാരിൽ ചിലർ ഒരാഴ്ചത്തെ അവധിക്ക് തണുപ്പിൽനിന്നും രക്ഷപ്പെടാൻ ശ്രമിക്കും. അങ്ങനെ ഫ്ളോറിഡക്കും മെക്സിക്കോക്കും അവധിക്കു പോയവരുടെ കഥകൾക്കു മുമ്പിൽ പ്ലേഡിയവും സിനിമയും ബോളിംഗുമൊക്കെ നിറംകുറഞ്ഞ കഥകളായിരിക്കും. പക്ഷേ, ചൂടുനാടുകളിലേക്ക് അവധിക്കു പോകുന്നവർ കുറവാണ്. കൂട്ടുകാരിലധികവും ഇത്തരം സാഹസങ്ങൾ തന്നെയായിരിക്കും ചെയ്തിട്ടുണ്ടാവുക.

കഥകൾ കൈമാറിക്കഴിഞ്ഞാൽ പിന്നെ ഗൃഹപാഠം, പരീക്ഷ, പ്രോജക്ട് പരമബോറ്! ജോലിയിലേക്കു മടങ്ങുന്നവർക്കും ഉത്സാഹം കുറവാണ്. ഇനി ശ്വാസമടക്കിപ്പിടിച്ച് ഓടിയാലല്ലെ കളി പൂർണമാകൂ.

പച്ചില കത്രിക.... പച്ചില കത്രിക.... പച്ചില കത്രിക.....

നാല്

# പൂക്കളുടെ പുനരുത്ഥാനം

**കേ**രളത്തിന്റെ മാമ്പൂവുരുക്കുന്ന മീനച്ചൂട് ഇപ്പോൾ ഓർമ്മയിൽ മാത്രം. മേടം ഒന്നിന് ഓട്ടുരുളിയിൽ തുളുമ്പുന്ന സമൃദ്ധിയും കത്തുന്ന നിലവിളക്കും കൈനീട്ടവും ഇപ്പോൾ ഏറെ അകലെയാണ്. ഇവിടെ സ്വർണ്ണനിറത്തിൽ കൊന്നപ്പൂവുകൾ ഊഞ്ഞാലാടുന്ന ചെടികളില്ല. മഞ്ഞപ്പൂവു വിടരുന്ന ഡാന്റലൈൻ എന്ന കള കാണുന്നതുതന്നെ ഈ സമയത്ത് കണ്ണിനു സന്തോഷമാണ്. മരങ്ങൾ ഇലയും പൂവുമില്ലാ ക്കൊമ്പുകൾ ആകാശത്തേക്കു നീട്ടിനില്ക്കുന്നു. മരക്കൊമ്പത്തിരുന്ന് വിത്തും കൈക്കോട്ടും എന്നു കൂവുന്ന കൂട്ടുകാരുമില്ല.

ഇല്ല... ഇല്ല.... ഇല്ലായ്മകളുടെ പല്ലവി പാടുന്നില്ല. പകരം ഇവിടെ യുള്ളതൊക്കെ പെരുപ്പിച്ചു പറഞ്ഞാഹ്ലാദിക്കട്ടെ.

ഏപ്രിൽ എത്തിക്കഴിഞ്ഞാൽ പിന്നെ ഹിമപാതം ഉണ്ടാവാൻ സാധ്യത വളരെ കുറവാണ് തണുപ്പിന്റെ കാഠിന്യം കുറഞ്ഞു. ഭൂമി മൂടിക്കിടന്ന മഞ്ഞ് അലിഞ്ഞുതീരാറായിരിക്കുന്നു. മാർച്ചിൽ തുടങ്ങിയ തണുപ്പൻ മഴ തുടർന്നുകൊണ്ടിരിക്കും. ഇടയ്ക്കുപെയ്യുന്ന ഈ മഴയ്ക്ക് കേരളത്തിലെ മഴയുടെ സുഖവും സ്നേഹവുമൊന്നും ഇല്ല. ഒരു കുടയും പിടിച്ച് വള്ളിച്ചെരുപ്പുമായി മഴയിലലിയാൻ പറ്റില്ല. തണുപ്പു വളരെ കൂടുതലാണ്.

അവശേഷിച്ച മഞ്ഞൊക്കെ വെള്ളത്തിലൊലിച്ചുപോകും. ഉറങ്ങി ക്കിടന്ന പുല്ലിന്റെ മുകുളങ്ങളെയൊക്കെ ഈ മഴ തൊട്ടുണർത്തും. ആകാശത്തേക്കു കൈനീട്ടി നില്ക്കുന്ന മരങ്ങളിലും ചെടികളിലും മുകുളങ്ങൾ വരുന്നത് കൺമുന്നിൽ കാണാം. ചെറിയ ലില്ലിപ്പൂവുകൾ പുല്ലിൽനിന്നും ഉർന്നുവരുന്നത് ഒറ്റരാത്രികൊണ്ടാണെന്നു തോന്നാ റുണ്ട്.

വിഷു ഇവിടെ രാവിനേയും പകലിനേയും കൃത്യം രണ്ടായിപ്പകുക്കുന്നില്ല. ഇപ്പോൾ സൂര്യോദയം ഏകദേശം ഏഴുമണിക്കും അസ്തമയം എട്ടുമണിക്കുമാണ്. വൈകുന്നേരം ജോലികഴിഞ്ഞു പുറത്തിറങ്ങുമ്പോഴും സൂര്യൻ ചിരിച്ചുകൊണ്ട് ആകാശത്തു കാവലുണ്ട്. തണുപ്പത്ത് അജ്ഞാതവാസത്തിലായിരുന്ന അണ്ണാനും കിളികളുമൊക്കെ പറമ്പിലും വഴിയിലുമിരുന്ന് ചൂടുവരുന്നേ ചൂടുവരുന്നേന്ന് ചിലക്കുന്നതു കാണാം. അവയുടെ കൂടെക്കൂടി വേഗം ചൂടുവായേ എന്നു വിളിച്ചുകൂവാൻ തോന്നിപ്പോകും. സൂര്യപ്രകാശം തലയ്ക്കുപിടിച്ച് ലക്കു കെടുന്ന ഈ അസുഖത്തിനെ സ്പ്രിംഗ് ഫീവർ എന്നാണ് ഉത്തരയമേരിക്കക്കാർ വിശേഷിപ്പിക്കുന്നത്. സൂര്യനെ വല്ലപ്പോഴും മാത്രം കണ്ട് മഞ്ഞുമൂടി മാസങ്ങളായിട്ടുള്ള കിടപ്പിൽനിന്നും പുറത്തുവരുന്നതിന്റെ ലഹരി. വസന്തത്തേയും ഗ്രീഷ്മത്തേയും സ്വീകരിക്കാനുള്ള ആവേശം. ഒക്കെക്കൂടി ഈ വസന്തപ്പനി സുഖമുള്ള ഒരു രോഗംതന്നെയാണ്.

ഹാമിൽട്ടണിലെ മലയാളി സമാജത്തിന്റെവകയായി വിഷുപരിപാടികൾ കാണാറില്ല. അല്ലെങ്കിൽത്തന്നെ മേടം ഒന്നിനു കണ്ണു തുറന്നാലുടൻ കാണേണ്ട കാഴ്ച അടുത്ത ശനിയാഴ്ച വൈകുന്നേരം ചടങ്ങായി കാണുന്നതിലെ ലോജിക്കും ശരിയാവുകയില്ല. ഇവിടെ കൂട്ടമായ ആഘോഷങ്ങളൊക്കെ ശനിയാഴ്ച വൈകുന്നേരമാണ്. ആഘോഷങ്ങളും സൗഹൃദവുമൊക്കെ ഊണിൽ കുരുങ്ങിയാണു കിടക്കുന്നതും.

ഇവിടെയുള്ള മലയാളി കടകളിൽ വിഷുപ്പൊതികൾ വാങ്ങാൻ കിട്ടും. കണിവെള്ളരിയും ചെറുപഴവും സാക്ഷാൽ കൊന്നപ്പൂവും കടലും കരയും താണ്ടിയെത്താറുണ്ട്. കടലും കരയും താണ്ടി വരുമ്പോൾ ചിലപ്പോൾ പൂക്കൾ വാടിപ്പോകും. കുറച്ചധികം ഓർഡറു ചെയ്യും കുറെയൊക്കെ ചീത്തയായിപ്പോയാലും നല്ലപൂവുകൾ ആവശ്യത്തിനുണ്ടാവുമല്ലോ. വില നോക്കാതെയാണ് കൊന്നപ്പൂവ് അയക്കാനാവശ്യപ്പെട്ടിരിക്കുന്നതെന്നാണ് ടോമി കൊക്കാട്ടു പറഞ്ഞത്. ഇത്തവണ വന്നിരിക്കുന്ന അഞ്ഞൂറു കണിവെള്ളരിക്ക മുഴുവനും ചിലവായിപ്പോകുമെന്ന് ഉറപ്പു പറഞ്ഞിട്ട് വിഷുക്കണിക്കാവശ്യമായ സാധനങ്ങൾ പ്രത്യേകം എടുത്തു സൂക്ഷിക്കണോ എന്നു ചോദിക്കാൻ സജി മംഗലത്തും മറന്നില്ല. വിഷുപ്പൊതി വില്ക്കുമ്പോൾ ലാഭമില്ലെന്നു മാത്രമല്ല പലപ്പോഴും നഷ്ടവുമാണ്. കടയുടമകളാണെങ്കിലും എല്ലാം ലാഭനഷ്ടത്തിന്റെ കളത്തിലൊതുക്കാനാവില്ലെന്ന് ഇവരുടെ നിലപാടു പറഞ്ഞു തന്നു. ഇതൊക്കെ വിശ്വാസമോ മനസ്സിന്റെ വെറും ആഹ്ലാദമോ

ആവാം. എന്തായിരുന്നാലും കേരളത്തിലേക്കു നീളുന്ന പൊക്കിൾ കൊടിയുടെ അദൃശ്യനൂലുകളറുക്കാൻ കാലത്തിനും ദൂരത്തിനും കഴിയുന്നില്ല എന്നതാണു സത്യം.

മാസങ്ങളായി മരവിച്ചിരുന്ന മുകുളങ്ങളെയൊക്കെ ഇടയ്ക്കു പ്രത്യക്ഷപ്പെടുന്ന സൂര്യന്റെ ഇളം കിരണങ്ങൾ ചുംബിച്ചുണർത്തും. മഴ അവയെ ഭൂമിയിൽനിന്നും കൈപിടിച്ചുയർത്തും. ഉറങ്ങിക്കിടന്ന പുല്ലിനു മുകുളങ്ങൾ പൊട്ടി പച്ചനിറം വെച്ചുവരുന്നുണ്ട്. പൂവിരിഞ്ഞ്, ഇലതിങ്ങി, ചെറുകായ മൂത്തു പഴമായി, ഇലയൊക്കെ നിറം മാറി കൊഴിയാൻ ആറു മാസം മാത്രം. അതുകൊണ്ട് മരങ്ങൾക്കും ചെടികൾക്കും ചെറുചൂടിൽ അലസത പറ്റില്ല. മരവിച്ചുനിന്ന മരങ്ങളുടെ മോഹങ്ങൾ മുകുളങ്ങളായി പൊട്ടിവിടരുന്നതു കണ്മുന്നിൽ കാണാൻ പറ്റും.

പൂച്ചെടികളുടെ മുകുളങ്ങൾ ഭൂമിക്കു മുകളിലായി കാണാറായിരുന്നു. ഡാഫൊഡൈത്സും ലില്ലിപ്പൂക്കളുമാണ് ആദ്യം തലപൊക്കുന്നത്. ഭൂമിക്കടിയിൽനിന്നും പൂവായി പുറത്തുവരുന്ന അത്ഭുതമാണ് ഡാഫൊഡൈത്സ്. വസന്തത്തിന്റെ ആദ്യത്തെ ചിഹ്നം. പിന്നെ പലതരം ലില്ലിച്ചെടികൾ പൂക്കളുമായി ചിരിക്കും. ചെറിയ ലില്ലിപ്പൂവുകൾ പുല്ലിൽനിന്നും ഉയർന്നുവരുന്നത് ഒറ്റരാത്രികൊണ്ടാണെന്നു തോന്നിപ്പോകും. മഞ്ഞിൽനിന്നും ആദ്യം വരുന്ന ഈ പൂവുകൾ പുനരുത്ഥാനത്തിന്റേയും പുനർജന്മത്തിന്റേയും പ്രതീകങ്ങളായി കരുതുന്നതുകൊണ്ടാവാം ലില്ലിച്ചെടികൾ ഈസ്റ്ററിന്റെ ഭാഗമായി മാറിയിട്ടുണ്ട്. മറ്റെല്ലാ ആഘോഷവുംപോലെ ഉത്തരയമേരിക്കക്കാർ ചോക്ലേറ്റും ടർക്കികോഴിയും ഈസ്റ്ററിന്റേയും ഭാഗമാക്കിയിരിക്കുന്നു.

തണുപ്പു തുടങ്ങിയപ്പോൾ നാടുവിട്ടുപോയ ലൂൺ എന്നറിയപ്പെടുന്ന കാട്ടുതാറാവുകൾ ആകാശത്തും വെള്ളത്തിനു ചുറ്റും കൂട്ടമായി പ്രത്യക്ഷപ്പെടാൻ തുടങ്ങിയിട്ടുണ്ട്. അതിരാവിലെ കിളികൾ ചിലക്കുന്നതു കേൾക്കാം. ഇനിയും ഇലകൾ വിരിഞ്ഞിട്ടില്ലാത്ത മരക്കൊമ്പത്ത് പ്രതീക്ഷയുടെ പര്യായംപോലെ കിളികൾ വെയിൽ കായുന്നതു കാണാൻ ചന്തമുണ്ട്.

റോഡിൽ മഞ്ഞും ഐസും ഇല്ലാത്തതുകൊണ്ട് ആയാസമില്ലാതെ വഴിയോരക്കാഴ്ചകൾ കണ്ട് കാറോടിക്കാം. തണുപ്പു കുറഞ്ഞതുകൊണ്ട് ഇനി കനംകൂടിയ വലിയ കോട്ടും കയ്യുറകളും ആവശ്യമില്ല. മഞ്ഞില്ലാത്തതുകൊണ്ട് ബൂട്ട്സിന്റേയും ആവശ്യമില്ല. അതൊക്കെ താഴത്തെ നിലയിലേക്കോ പിന്നിലുള്ള അലമാരകളിലേക്കോ മാറ്റാം. പകരം കനം

കുറഞ്ഞ സ്വെറ്ററുകളും കോട്ടും കാലുമൂടുന്ന ഷൂസും ഒക്കെ വേഷത്തിന്റെ ഭാഗമാകുന്നു.

ഇനി മെയ്മാസം അവസാനമാകുന്നതോടെ കോട്ടും സ്വറ്ററും ആവശ്യമില്ലാതെയാവും. ചെറുതണുപ്പേയുള്ളൂവെങ്കിൽ ഷർട്ടോ ബ്ലൗസോ മതിയാകും. ജൂൺ മുതൽ ആഗസ്റ്റ് അവസാനംവരെ നല്ല കടുത്ത ചൂടുവരാം. 35 ഡിഗ്രിയോളം വരുന്ന കേരളാച്ചൂട്. അപ്പോൾ കനംകുറഞ്ഞ പരുത്തി വസ്ത്രങ്ങൾ വേണം. വള്ളിച്ചെരുപ്പും സമ്മർ ഷൂസുകളും വേണം. സെപ്തംബർ-ഒക്ടോബർ ആകുമ്പോഴേക്കും വീണ്ടും തണുപ്പു വസ്ത്രങ്ങളിലേക്കും മടങ്ങും.

ഇങ്ങനെ പലതരത്തിലുള്ള കാലാവസ്ഥയ്ക്കു യോജിച്ച വസ്ത്രങ്ങൾ ശേഖരിച്ചുവയ്ക്കുന്നതുകൊണ്ട് ഒരു വ്യാപാരശാലയിലുള്ളത്ര തുണിയും ചെരിപ്പുകളും ഉണ്ടായാലും ഇടാൻ നോക്കുമ്പോൾ ഒന്നുമില്ല എന്നൊരു അവസ്ഥയാണ്. സ്ത്രീകൾക്കാണെങ്കിൽ പാന്റ്സും ടോപ്പും മാത്രം പോരാ, പാവാട, ഉടുപ്പ് തുടങ്ങിയ വകഭേദങ്ങളും ആവശ്യമാണ്. പിന്നെ കേരളത്തിൽനിന്നും വന്നവരുടെ കാര്യം അതിലും പരിതാപകരം - എല്ലാ അവസരത്തിനും ആഘോഷത്തിനും യോജിച്ച ചുരിദാറുകൾ, സാരി തുടങ്ങിയവയൊക്കെ ഉണ്ടായേ പറ്റൂ.

പാരമ്പര്യം കാക്കാൻ സാരി വാരിച്ചുറ്റണം എന്നാണല്ലോ വയ്പ്. പക്ഷേ, ഈ സാരി അത്ര വലിയ പാരമ്പര്യക്കാരനല്ല. ആൽബം മറിച്ചു നോക്കുമ്പോൾ രണ്ടു തലമുറ പിന്നിൽ സാരി കാണാനില്ല. എന്നിട്ടും സാരിയെ കൈനീട്ടി സ്വീകരിച്ചവർ ചുരിദാറിനും ജീൻസിനും നേരെ പല്ലുകടിക്കുന്നുമുണ്ട്.

ഇത്രയേറെ തുണിയുപയോഗിച്ച് ഇത്രയധികം നഗ്നത പ്രദർശിപ്പിക്കാവുന്ന മറ്റൊരു വസ്ത്രം ഉണ്ടെന്നു തോന്നുന്നില്ല. ശരീരത്തിനനുസരിച്ച് അളവും വളവും മാറുന്ന മായാംബരം. എത്ര കിലോമീറ്റർ സൗന്ദര്യമുണ്ടെന്നു വാദിച്ചാലും ശരി അഞ്ചരമീറ്റർ തുണികൊണ്ടുള്ള ഈ ചുറ്റിക്കളി അത്ര എളുപ്പമുള്ള കാര്യമല്ല. സാരിയുടുക്കുക എന്നത് ഒരു അങ്കം തന്നെയാണ്.

കുത്തിച്ചുറ്റി... ഞൊറിഞ്ഞു കുത്തി.... വീണ്ടും ചുറ്റി.... വളച്ചു മേലോട്ടെറിഞ്ഞ്... തോളത്തൂടെ താഴേക്ക്.

അമ്മമാർ പെൺമക്കൾക്ക് ഓതിക്കൊടുക്കേണ്ട അടവാണത്. ശീലമില്ലാത്തതുകൊണ്ടാവാം സാരി അണിയുന്നത് ഒരു ദുരിതം തന്നെയാണ്. അതുകൊണ്ടുതന്നെ നിത്യോപയോഗസാധനങ്ങളിൽനിന്നും സാരി അധികം താമസിക്കാതെ മാറ്റപ്പെടും.

എല്ലാ കാലാവസ്ഥയിലും ഇടാവുന്ന വസ്ത്രമായി അംഗീകരിച്ച ജീൻസാണ് ആത്മാവിനു പ്രിയപ്പെട്ട വസ്ത്രം. മുകളിലൊരു സ്വെറ്ററോ ടീ-ഷർട്ടോ ഇട്ട് കാലത്തിനനുസരിച്ചു പാകപ്പെടുത്താം. ജീൻസു പഴകുന്തോറും ശരീരത്തിലെ ചെറു കുണ്ടുംകുന്നുകളുമായി ഇഴുകിച്ചേർന്നൊരു ഐക്യം പ്രഖ്യാപിക്കുന്നു. പിന്നെ തൊലിക്കു പുറത്തെ തൊലിയായി ഊണും ഉറക്കവുമൊക്കെ ഇതിനുള്ളിലാവാം. അതുകൊണ്ട് നരച്ചാലും കീറിയാലും പഴയ ജീൻസുപേക്ഷിക്കാൻ മടിയാണ്.

പോയവർഷത്തെ തുണികളൊന്നും ഉണ്ണികൾക്കു പാകമല്ല. ദുഷ്ടൻ പനപോലെ തഴക്കുന്നു എന്നാണല്ലോ വേദവാക്യം! മൂന്നുമാസത്തേക്കു വേണ്ടി ഇനിയും ധാരാളം വസ്ത്രങ്ങൾ വാങ്ങിയേ പറ്റൂ.

ടി.വി. ടേൺ ഓഫ് എന്നൊരു കുരുക്കാണ് ഏപ്രിലിൽ സ്കൂളിൽ നിന്നും കൊണ്ടുവരുന്നത്. ഒരാഴ്ച ടി.വി., കമ്പ്യൂട്ടർ, വീഡിയോ ഗെയിംസ് ഒന്നുമില്ലാതെ "സ്ക്രീൻ ഫ്രീ" ആയി കഴിയുക. പകരം ഓടിക്കളിക്കുകയോ വ്യായാമം കിട്ടുന്ന മറ്റു കാര്യങ്ങൾ ചെയ്യുകയോ ആവാം.

അങ്ങനെയാണ് സാറ്റു കളിക്കാമെന്നേറ്റത്. അമ്മ ഹൈഡ് ആന്റ് സീക്കു കളിക്കാൻ കൂടാമെന്നു പറഞ്ഞപ്പോൾ ഉണ്ണികൾക്ക് അത്യുത്സാഹമായി.

എത്ര ശ്രമിച്ചിട്ടും പെട്ടെന്നു കണ്ടുപിടിക്കാവുന്ന സ്ഥലങ്ങളായിപ്പോയി അമ്മയുടെ ഒളിസ്ഥലങ്ങൾ. എന്തോ പണ്ടു കളിക്കുമ്പോൾ വേണ്ടതിനേക്കാൾ ഒരുപാടേറെ സ്ഥലം വേണം ഇപ്പോഴൊളിക്കാൻ. പനപോലെയല്ല വശങ്ങളിലേക്കാണ് അമ്മയുടെ തഴപ്പ് എന്നൊരു വ്യത്യാസം. എത്ര ശ്വാസംവിടാതെ അടക്കിപ്പിടിച്ചിരുന്നാലും ഉണ്ണികൾ രണ്ടു മിനിറ്റിനകം കണ്ടുപിടിക്കും. പക്ഷേ, പഹയന്മാരെ കണ്ടുകിട്ടാൻ പരമ വിഷമവും!

പതുക്കെ കുഞ്ഞുണ്ണിക്കു സഹതാപം കനക്കാൻ തുടങ്ങി. കണ്ടാലും കാണാത്ത മട്ടിൽ കുഞ്ഞുണ്ണി അടുത്തമുറിയിൽ അമ്മയെ അന്വേഷിച്ചു പോകും. ഭൂമിയിലെ കാര്യങ്ങൾ വേഗത്തിൽ ഗ്രഹിക്കാത്ത ഉണ്ണി അനുജനെ പരിഹസിച്ചു.

-അയ്യെ. ഇത്ര ഒബ്‌വിയസായിട്ടും നീ കണ്ടുപിടിച്ചില്ലേ?

കുഞ്ഞുണ്ണി ചേട്ടനെ ശാസിക്കും.

-ഗിവ് ഹേർ എ ബ്ലെയ്ക്ക്

അമ്മയുടെ ഈഗോയ്ക്കു മുറിവുപറ്റാതെ നോക്കുകയാണ് പാവം കുട്ടി. രക്ഷിതാവിന്റെ ഭാഗം എത്ര പെട്ടെന്നാണ് മാറുന്നത്!

അഞ്ച്

# കിളികളും പൂക്കളും അണ്ണാറക്കണ്ണന്മാരും

മഞ്ഞിന്റെ നരപ്പും മരവിപ്പും പൂർണ്ണമായും മാറിയിരിക്കുന്നു. ദിവസങ്ങൾക്കു ദൈർഘ്യം മാത്രമല്ല പ്രകാശവും കൂടുതലുണ്ട്. മഴ കുറഞ്ഞു വന്നിട്ട് സൂര്യൻ പതിവായി ആകാശത്ത് കുടുകുടെ ചിരിക്കുന്നു. ഏപ്രിൽ മഴ മെയ്മാസപ്പൂക്കളെ കൊണ്ടുവരും എന്നാണിവിടുത്തെ ചൊല്ല്. മെയ്മാസത്തോടെ പുല്ലു മുഴുവൻ പച്ചയാവും. ഇപ്പോൾ ചെടികൾക്കു കൗമാരകാലമാണ്. വളരെപ്പെട്ടെന്നു വളർന്നു പടരും. ഭൂമിയിൽ പൂക്കൾ മഴവില്ലു വിരിയിക്കുന്ന കാലമാണിത്.

ഫലവൃക്ഷങ്ങൾക്ക് കുരുന്നില വന്ന് അതുമൂത്തു വലിയ ഇല നിറഞ്ഞ് പിന്നെ പൂവിട്ട് കായ മൂത്തു പഴമാകാനുള്ള സമയമില്ല. അടുത്ത മഞ്ഞിനു മുമ്പ് പഴങ്ങൾ മൂപ്പെത്തണമെങ്കിൽ ആദ്യമേ ഉത്സാഹിക്കണം. അതുകൊണ്ട് ഇലയേക്കാൾ മുമ്പ് പൂക്കളാണ് ഈ മരങ്ങളിൽ ഉണ്ടാകുന്നത്. അതുകഴിഞ്ഞാണ് ഇലകൊണ്ടു നിറയുന്നത്. അതുകൊണ്ടു തന്നെ ഇത് അലർജികളുടെ സമയവുമാണ്. അന്തരീക്ഷത്തിൽ പൂമ്പൊടി ധാരാളമായിട്ടുള്ളതുകൊണ്ട് തുമ്മൽ, വലിവ്, ആസ്മ തുടങ്ങിയവ അധികമായിട്ടുണ്ടാകും. ടി.വിയിൽ അലർജി മരുന്നുകളുടെ പരസ്യങ്ങൾ നിറഞ്ഞൊഴുകാൻ തുടങ്ങിയിരിക്കുന്നു.

ഒന്നിച്ചു പൂക്കുകയും ദിവസങ്ങൾകൊണ്ട് പൂവുകളെല്ലാം ഒന്നിച്ചു കൊഴിയുകയും ചെയ്യുന്ന മരമാണ് മഗ്നോളിയ. നയാഗ്ര വെള്ളച്ചാട്ടത്തിനടുത്ത് കുറെയേറെ മഗ്നോളിയകൾ നിരയായി നട്ടുപിടിപ്പിച്ചിട്ടുണ്ട്. മെയ് ആദ്യവാരം പൂക്കൾ മാത്രമായി നില്ക്കുന്ന ഈ ചെറുമരങ്ങളുടെ ഇലയില്ലാക്കൊമ്പുകൾ പൂവുകൊണ്ടു മൂടുന്ന സൗന്ദര്യത്തിൽ ആരും ഭ്രമിച്ചുപോകും.

വസന്തത്തിന്റെ ആഡംബരമായ ടുലിപ്പുകൾ നാടെങ്ങും പൊട്ടി വിടരുന്നതും ഇപ്പോഴാണ്. ഹൃദയത്തിന്റെ ആകൃതിയുള്ള റ്റുലിപ് മൊട്ടുകൾക്ക് ഹൃദയമലിയിപ്പിക്കുന്ന സൗന്ദര്യമാണ്. മെയ്മാസത്തിലെ ആദ്യത്തെ ശനിയാഴ്ചയാണ് കാനഡയുടെ തലസ്ഥാനമായ ഓട്ടവയിലെ റ്റൂലിപ് ഫസ്റ്റീവൽ. റിഡോ കനാലിന്റെ ഇരുവശത്തുമായി പാർലമെന്റ് ബിൽഡിംഗിന് അരികിലായി ഓട്ടവ നദിക്കു ചുറ്റുമായി പരക്കുന്ന പുഷ്പപ്രളയം. ഈ ടൂലിപ്പുത്സവത്തിനു പിന്നിൽ യുദ്ധത്തിന്റേയും സൗഹൃദത്തിന്റേയും ചരിത്രമുണ്ട്.

രണ്ടാം ലോകമഹായുദ്ധകാലത്ത് ഹോളണ്ടിൽനിന്നും പലായനം ചെയ്ത രാജകുടുംബത്തിന് അഭയം കൊടുത്തത് കാനഡയാണ്. 1940-ൽ നാടുവിടേണ്ടിവന്ന ജൂലിയാന രാജകുമാരിയും അവരുടെ കുട്ടികളും ഓട്ടവയിലാണ് താമസിച്ചിരുന്നത്. മൂന്നാമത്തെ മകളായ മാർഗരറ്റ് ഫ്രാൻസിസ്ക്ക രാജകുമാരി (നെതർലൻഡിലെ രാജ്ഞിയായ ബിയാട്രിക്സ് ആംഗാർഡിന്റെ ഇളയ സഹോദരി) ജനിച്ചത് 1943 ജനുവരി 19ന് ഓട്ടവയിലെ സിവിക് ആശുപത്രിയിലായിരുന്നു. അമേരിക്കൻ ഭൂഖണ്ഡത്തിൽ ജനിച്ച ഏക രാജസന്തതിയും ഇവരാണെന്നു പറയപ്പെടുന്നു.

പൂർണ ഡച്ചു പൗരത്വം കിട്ടണമെങ്കിൽ കുട്ടി ഡച്ചു രാജ്യത്തോ, അധീന രാജ്യങ്ങളിലോ ജനിക്കണം. അല്ലെങ്കിൽ ഇരട്ടപൗരത്വമാകും ലഭിക്കുക. അതു പിന്നീട് രാജകീയ അവകാശങ്ങൾക്കു തടസ്സമാവാൻ സാധ്യതയുണ്ട്. അതുകൊണ്ട് ഓട്ടവയിലെ സിവിക് ആശുപത്രിയിലെ ഒരു മുറി താല്ക്കാലികമായി നെതർലൻഡിനു വിട്ടുകൊടുത്തതായി നിയമസഭ പ്രത്യേക നിയമം പാസ്സാക്കി. അങ്ങനെ സിവിക് ആശുപത്രിയുടെ പ്രസവ വാർഡിലെ ആ മുറിക്കുമുന്നിൽ ഡച്ചു പതാക ഉയർത്തി. മാർഗരറ്റ് രാജകുമാരി ജനിച്ച സമയത്ത് പാർലമെന്റ് ബിൽഡിംഗിലെ പീസ്-ടവറിലും ഡച്ചു പതാക പറത്തുകയും ഡച്ചു സംഗീതം പ്രക്ഷേപണം ചെയ്യുകയും ചെയ്തിരുന്നു. നെതർലൻഡിനെ സ്വതന്ത്രമാക്കാൻ 7,600 കനേഡിയൻ ഭടന്മാരാണ് പൊരുതി മരിച്ചത്.

യുദ്ധവിരാമത്തിനുശേഷം നെതർലണ്ടിൽ മടങ്ങിയെത്തിയ രാജകുടുംബം നന്ദിസൂചകമായി 1945-ൽ ഒരു ലക്ഷം ടൂലിപ്പു തൈകൾ കാനഡക്കയച്ചു. ലോകത്തിലുള്ളതിന്റെ പകുതിയിലേറെ ടൂലിപ്പു തൈകളും ഉല്പാദിപ്പിക്കുന്നത് ഹോളണ്ടിലാണ്. അതിനുശേഷം എല്ലാ വർഷവും സൗഹൃദത്തിന്റേയും നന്ദിയുടേയും പ്രതീകമായി

ഇരുപതിനായിരം ടൂലിപ്പുതൈകൾ വീതം കാനഡയിലേക്കയക്കുന്ന പതിവു തുടരുന്നു.

ഒരു യുദ്ധത്തിന്റെ ഓർമ്മ പുതുക്കലിലൂടെ ടൂലിപ്പുകൾ സമാധാനത്തിന്റേയും സൗഹൃദത്തിന്റേയും അന്താരാഷ്ട്ര ചിഹ്നമായി മാറിയിരിക്കുന്നു. ഈ വർഷം മുപ്പതുലക്ഷം ടൂലിപ്പുകളാണ് ഓട്ടവയിൽ ഒന്നിച്ചു വിടരാൻ പോകുന്നത്.

മെയ്മാസത്തിനു മറ്റൊരു രാജകീയതകൂടിയുണ്ട്. മെയ് 24-ാം തീയതിയാണ് വിക്ടോറിയ രാജ്ഞിയുടെ പിറന്നാൾ. അതുകൊണ്ട് 25-ാം തീയതിക്കു തൊട്ടുമുമ്പായി വരുന്ന തിങ്കളാഴ്ച വിക്ടോറിയ ഡേ എന്നപേരിൽ അവധിയാണ്. അതേ, ഇന്ത്യയിലെ ആദ്യത്തെ ബ്രിട്ടീഷ് ചക്രവർത്തിനിയായിരുന്ന വിക്ടോറിയാ രാജ്ഞിതന്നെ. ചെടികളെ കൊല്ലുന്ന രാത്രിതണുപ്പു വരാൻ മേലിൽ സാധ്യതയില്ലാത്തതുകൊണ്ട് ഈ വാരാന്തമാണ് പുറത്ത് ചെടികൾ നടാൻ പറ്റിയ ദിവസമായി കരുതപ്പെടുന്നത്. നീളക്കൂടുതലുള്ള ഈ വാരാന്തത്തിൽ ചെടിക്കടകളിൽ നല്ല തിരക്കായിരിക്കും.

മാസത്തിന്റെ അവസാനത്തോടെ പഴവൃക്ഷങ്ങൾ മിക്കതും പൂക്കൾ പുതച്ചുനില്ക്കുന്നതു കാണാം. പക്ഷേ, കുറച്ചു ദിവസങ്ങൾക്കകം ഇവ ഒന്നായി കൊഴിയുകയും ചെയ്യും. തിങ്കളാഴ്ച പൂക്കൾ മാത്രമായി നിന്നിരുന്ന ചെറിമരത്തിൽ വെള്ളിയാഴ്ച ആവുമ്പോഴേക്കും പകുതിയും ഇലയാവും. മരച്ചോട്ടിൽ പൂക്കിടക്കയും. മെയ് അവസാനത്തിൽ ലൈലാക്കുകൾ ഒന്നായി പൂത്തു മണം പരത്തും. വഴിയോരത്തുള്ള ഓരോ പൂവും തലയാട്ടി ചിരിച്ചുകൊണ്ട് പറയും വസന്തം വന്നു... വസന്തം വന്നു.

പട്ടണത്തിനു നടുക്കുള്ള ഷോപ്പിംഗ് കോംപ്ലക്സിന്റെ അരികിലായി കർഷകച്ചന്തയുണ്ട്. അവിടുത്തെ കടകളിൽ എപ്പോഴും പൂക്കളുടേയും പച്ചക്കറികളുടേയും ബഹളമാണ്.

അടുത്തുകൂടിയെങ്ങാൻ പോയാൽ പൂക്കൾ കണ്ണുരുട്ടിയും കൈ കാട്ടിയും വിളിക്കും.

-വരുന്നില്ലേ എന്നെ കൊണ്ടുപോകുന്നില്ലേ.

എന്നൊക്കെയാണു പൂക്കിന്നാരം. എതിർവശത്തെ കടയിലെ തക്കാളിയും ക്യാബേജുമാണ് അത്യാവശ്യമെന്ന് ബുദ്ധി ശാസിക്കും.

-ബുദ്ധി പണ്ടേ ഒരു മണ്ടനാണെന്ന് ഹൃദയത്തിന്റെ തർക്കുത്തരം.

കുഞ്ഞുണ്ണി ആൾ അലർജിക്കാരനാണ്. പൂമ്പൊടിയോടുള്ള പ്രതിഷേധം തുമ്മിച്ചീറ്റി പ്രശ്നമായി മാറും. അതുകൊണ്ട് പൂമ്പൊടി തീരെയില്ലാത്ത അല്ലെങ്കിൽ വളരെക്കുറവുള്ള പൂക്കളേ അകത്തു കടത്താൻ പറ്റൂ. കണ്ണിന് അത്രയ്ക്കു കുറച്ചാനന്ദം മതിയെന്നു വെക്കും.

–ചന്തമുള്ളവരെയെല്ലാം കൂടെകൊണ്ടുപോകാൻ പറ്റില്ലല്ലോ!

എന്നൊരു കഠിനപ്രസ്താവന നടത്തി പൂക്കളോടു യാത്ര പറയുകയാണു പതിവ്.

പൂവുകൾക്കു കൂട്ടായി അണ്ണാറക്കണ്ണന്മാരും കിളികളുമുണ്ട്. അണ്ണാറക്കണ്ണന്മാർ മരക്കൊമ്പത്തു മാത്രമല്ല ചിലപ്പോൾ റോഡിനു കുറുകെ ചാടുകയും ചെയ്യും. ശ്രീരാമൻ വാത്സല്യത്തോടെ തലോടിയ അച്ഛന്റെ മക്കളെ ഇവിടെ അധികം കാണാറില്ല. കൂടുതലും വലിപ്പം കുറഞ്ഞ തവിട്ടുനിറത്തിലും കറുപ്പുനിറത്തിലും ഉള്ളവയാണ്. ഉത്തരയമേരിക്കയിൽ അൻപതുതരം അണ്ണാറക്കണ്ണന്മാർ ഉണ്ടത്രേ!

മെയ്മാസത്തിലെ ഏറിയും കുറഞ്ഞും വരുന്ന ചൂടിൽ ഉണ്ണികൾക്ക് പുറത്തു കളിക്കാൻ ബഹുരസം. ആറേഴുമാസം വെയിൽ കൊള്ളാതിരുന്നതുകൊണ്ട് തൊലിക്ക് വിളർച്ച പിടിച്ച നിറമായിരുന്നു. ചെടിച്ചട്ടി എടുത്തുമാറ്റുമ്പോൾ അതിനിടയിൽ നൂണ്ടുവളർന്ന വിളർത്ത പുല്ലിനെ ഓർമ്മിപ്പിക്കുന്ന വിളർച്ച. പക്ഷേ, ഒരാഴ്ച വെയിലത്തു കളിച്ചുകഴിയുമ്പോഴേക്കും ഉണ്ണികളുടെ തനിനിറം പുറത്താകും. കരുമാടിക്കുട്ടന്മാർക്ക് അപ്പോൾ ഏഷ്യക്കാരേക്കാൾ സാദൃശ്യം ആഫ്രിക്കക്കാരോടാണ്.

പുറത്ത് പുല്ലുവെട്ടുന്നതിന്റെ ശബ്ദം, ബാർബിക്ക് അടുപ്പു കത്തിക്കുന്നതിന്റെ മണം, ഓടിക്കളിക്കുന്ന കുട്ടികളുടെ ബഹളം, ആറുമാസമായി കാത്തുകാത്തിരുന്ന സുഖങ്ങളോരോന്നായി ഇന്ദ്രിയങ്ങളെ ഉത്തേജിപ്പിക്കുവാൻ തുടങ്ങും. പുറത്ത് 28 ഡിഗ്രി ചൂടുവരുന്നതോർത്ത് ഹൃദയം ത്രസിക്കും. ചൂടിൽ ചുട്ടുപഴുക്കുന്ന ശരീരം. ഒരു ഗ്ലാസു തണുത്ത നാരങ്ങവെള്ളവുമായി വെയിലത്തുനോക്കി പിൻവരാന്തയിലെ തണലത്ത് അലസതയോടെ ഇരിക്കുന്നതിന്റെ സുഖം. അതൊക്കെ വരാനിരിക്കുന്ന സ്വപ്നങ്ങളാണ്. പുറത്തേക്കിറങ്ങിയാൽ തണുപ്പിക്കുന്ന കാറ്റ് ഇപ്പോഴും മെയ് മാസമാണെന്ന് ഓർമ്മിപ്പിക്കും.

ഗൗരവക്കാരനായ ഉണ്ണിയുടെ പരാതി

–അമ്മേ ഇവനെന്നെ ചേട്ടാന്നു വിളിക്കുന്നില്ല.

സരസ്വതി നാവിൻതുമ്പിലുണ്ട് കുഞ്ഞുണ്ണിക്ക്

-അതിനു നീയൊരു ചേട്ടനെപ്പോലെ പെരുമാറിയിട്ടുവേണ്ടേ?

-എടാ മോണേ

-പോടാ അലവലാതി

ഈശ്വരാ, അമ്മയുടെ പേഴ്സണൽ ഡിക്ഷണറിയിലെ വാക്കുകളെടുത്താണു പ്രയോഗം!

ഭൂമിക്ക് മാതൃഭാവം തുളുമ്പി നില്ക്കുന്ന ഈ മാസത്തെ രണ്ടാമത്തെ ഞായറാഴ്ച മാതൃദിനമായി മാറ്റിവച്ചിരിക്കുന്നു. അമ്മമാർക്ക് സമ്മാനങ്ങൾ നല്കുക അവർക്കു പാചകത്തിൽനിന്നും അവധി കൊടുത്ത് ഭക്ഷണം കഴിക്കാൻ റെസ്റ്റോറന്റിൽ കൊണ്ടുപോവുക തുടങ്ങിയതൊക്കെ സാധാരണ മര്യാദകളായി കരുതപ്പെടുന്നു. ചെറിയ ക്ലാസ്സുകളിലെ അധ്യാപകർ കുട്ടികളെക്കൊണ്ട് അവരുടെ അമ്മമാർക്കു വേണ്ടി ചിത്രപ്പണികളും കൈവേലകളും ചെയ്യിച്ച് അർത്ഥപൂർണ്ണങ്ങളായ സന്ദേശങ്ങളെഴുതി കൊടുത്തുവിടാറുണ്ട്.

പോയ വർഷങ്ങളിലൊന്നിലെ മാതൃദിനത്തിൽ ഉണ്ണി മിഴിത്തുമ്പത്ത് കടൽത്തിരയുടെ നനവുമായി മടിയിലിരുന്നു.

-മദേഴ്സ് ഡേക്കുവേണ്ടി ക്ലാസ്സിലുണ്ടാക്കിയ ഫ്ളവർപോട്ടു കൊണ്ടുവരാൻ മറന്നുപോയി.

ഈ മറവിക്കാരൻ മണ്ടച്ചാരെ ഞാനെന്തു ചെയ്യും?

-നോ അമ്മാ, മദേഴ്സ് ഡേക്കു ഗിഫ്റ്റില്ലാത്തതുകൊണ്ട് അമ്മ സാഡല്ലേ?

-വഴക്കാളി പിള്ളേരു രണ്ടും അടുത്തുള്ളതല്ലേ ഏറ്റവും വലിയ ഗിഫ്റ്റ്?

-വിശ്വാസം വന്നില്ലെങ്കിലും ഉണ്ണിയുടെ വിതുമ്പൽ മാറി.

തട്ടേക്കാടു മുതൽ വെർജീനിയവരെ ഉറക്കം കെടുത്തുകയും അവിടെ നിന്നുയരുന്ന അമ്മമാരുടെ തേങ്ങലുകൾ നിർത്താതെ പിന്തുടരുകയും ചെയ്യുമ്പോൾ ഉണ്ണികൾ ഒപ്പമുണ്ടാവുക എന്ന പാരിതോഷികത്തിന്റെ വലിപ്പം എങ്ങനെയാണ് അവരെ പറഞ്ഞു മനസ്സിലാക്കുക?

ആറ്

# ഇലച്ചാർത്തുകളുടെ മർമ്മരങ്ങൾ

തളിരും മലരും തരുപ്പടർപ്പും
തണലും തണുവണിപ്പുൽപ്പരപ്പും

ചങ്ങമ്പുഴക്കവിത ഓർമ്മിപ്പിച്ചുകൊണ്ടാണ് ജൂണിന്റെ വരവ്. പിന്നെ ഇലച്ചാർത്തുകളുടെ മർമ്മരങ്ങൾ അസ്ഥികൂടങ്ങളായി നിദ്രചെയ്ത മരങ്ങൾ ഇലക്കൊഴുപ്പോടെ മേപ്പിളും ഓക്കും ബേർച്ചുമായി മുത്തശ്ശി ഭാവത്തിൽ നില്ക്കുന്നു. ഇവയിൽ നൂറ്റാണ്ടുകൾ പഴക്കമുള്ള മരങ്ങളുണ്ട്. ഇലവിരിഞ്ഞും കൊഴിഞ്ഞും കുറച്ചുമാസങ്ങൾ മാത്രം വളർന്നും മറ്റുസമയത്ത് മരണപ്പെടാതെ ഉറങ്ങിയും വർഷങ്ങൾ കടത്തിവിട്ട ഇവയുടെ മുന്നിൽ നില്ക്കുമ്പോൾ ആദരവും സ്നേഹവും തോന്നും. നയാഗ്രക്കടുത്തുള്ള നിത്യഹരിതയിനത്തിലെ പല സീഡറുകൾക്കും പൈൻമരങ്ങൾക്കും ആയിരത്തിലേറെ വർഷം പഴക്കമുണ്ടത്രേ.

മണൽവിരിച്ച മുറ്റം എന്ന സങ്കല്പം ഇവിടെയില്ല. വീടിനു ചുറ്റുമുള്ള സ്ഥലത്ത് ഭംഗിയായി പരവതാനിപോലെ പുല്ലു വളർത്തും. മഞ്ഞിൽനിന്നും ഉയർത്തെഴുന്നേറ്റു വരുമ്പോൾ പുല്ലിന് ആരോഗ്യവും സൗന്ദര്യവും കുറവായിരിക്കും. ആദ്യം മുൻസിപ്പാലിറ്റിയുടെ ചൂലുപോലെ വിടർന്നിരിക്കുന്ന വാരുകോൽ(റെയ്ക്കു)കൊണ്ട് ഉണങ്ങിയ പുല്ലിനെ ചൊറിഞ്ഞിളക്കി മാറ്റണം. പിന്നെ പുനർജനിക്കാതെ പോയവക്കു പകരമായി പുല്ലിന്റെ വിത്ത് ഇടയിൽ വിതറണം. അതേ, പുല്ലിന്റെ വിത്ത് കടയിൽ വാങ്ങാൻ കിട്ടും. ആരോഗ്യത്തോടെ വളരണമെങ്കിൽ വളം അത്യാവശ്യമാണല്ലോ. വളമിട്ടു കഴിഞ്ഞാൽ മഴയില്ലെങ്കിൽ തുടർച്ചയായി വെള്ളമൊഴിക്കണം. ഇതെല്ലാമേറ്റു കഴിയുമ്പോൾ പുല്ല് ആർത്തുവളരും. അതും ഭംഗികേടാണ്. അതുകൊണ്ട് അധികം പൊക്കം വെക്കുന്നതിനു മുമ്പേ വെട്ടണം. പുല്ലരിയുന്ന യന്ത്രത്തെ പറമ്പു മുഴുവൻ ആട്ടിത്തെളിച്ച് വെട്ടിയ പുല്ലു നിലത്തുവീണു വൃത്തി

കേടാകാതെ ഭദ്രമായി ബാഗിൽ കെട്ടി നഗരസഭയുടെ വണ്ടിവരുന്ന ദിവസം നിരത്തിനരികിൽ വെക്കണം. ഇങ്ങനെ പുല്ലു വളർത്തലും വെട്ടിനിരപ്പാക്കലുമായുള്ള നാറാണത്തു സിൻഡ്രോം നല്ല കാലാവസ്ഥയുടെ പാർശ്വഫലമാണ്.

പന്ത്രണ്ടു മണിക്കൂറിലേറെ സൂര്യപ്രകാശം. ഭൂമിക്കും മനുഷ്യർക്കും വിളർപ്പു മാറി വെയിലേറ്റു പാകംവന്ന ലക്ഷണമായിരിക്കുന്നു. ഭാരതീയർ തൊലിയുടെ നിറം വെളുപ്പിനോടടുക്കുന്നത് സൗന്ദര്യമായി കാണുമ്പോൾ ഇവിടെ നേരെ മറിച്ചാണ്. വെയിലേറ്റു കിട്ടിയ ഇളം തവിട്ടു നിറം സുന്ദരമായിട്ടാണ് വെള്ളക്കാർ കണക്കാക്കുന്നത്. അതുകൊണ്ട് വെയിലില്ലാ കാലത്ത് പണം കൊടുത്ത് തൊലിയുടെ വിളർച്ചമാറ്റുന്ന കൃത്രിമ റ്റാനിംഗ് സംവിധാനത്തിനു മുതിരുന്ന ധാരാളം പേരുണ്ട്. ഈ പ്രക്രിയ തൊലിക്ക് വളരെ ദോഷം ചെയ്യുമെന്ന മുന്നറിയിപ്പുകളെ അവഗണിച്ചുകൊണ്ടാണ് ഇവിടുത്തെ കൗമാരം ഇതിനു പിന്നേ പായുന്നത്.

തണുപ്പു മാറിയതോടെ വസ്ത്രം വളരെ കുറച്ച്, പറ്റുന്നത്ര സൂര്യരശ്മി ശരീരത്തിലേക്ക് ആവാഹിക്കാൻ ഇവർ ശ്രമിക്കുന്നു. കൈയില്ലാത്ത ഉടുപ്പുകൾ ഇറക്കം കുറഞ്ഞ പാവാടകൾ. കൗതുകകരമായ ഒരു ഫാഷൻ പെൺകുട്ടികളുടെ നിക്കറിന് ഇറക്കം വളരെ കുറവും ആൺകുട്ടികളുടേത് മുട്ടുകഴിഞ്ഞു കിടക്കുന്നതുമാണ് എന്നതാണ്.

എട്ടുമാസത്തോളം വീടിനകത്തു മരവിച്ചിരുന്ന വളർത്തുചെടികളെയൊക്കെ പുറത്തേക്കു മാറ്റാം. ജനുവരിക്കാലത്ത് വെയിൽ കിട്ടാതെ തുളസിയിലക്കും പച്ച നിറമായിരുന്നു. കൃഷ്ണതുളസിക്ക് രാമത്തുളസിയുടെ നിറം! അടുത്തുകൂടി പോകുമ്പോൾ 'എന്താ രാമൻകുട്ടി വിളർച്ച, അയൺ പിത്സു വേണോ?' എന്നു ചോദിക്കാറുണ്ടായിരുന്നു. ഇപ്പോൾ പുറത്തെ കാറ്റത്തു തലയാട്ടി നിന്ന് തുളസി അഭിമാനത്തോടെ പറയുന്നു.

–നോക്കൂ ഞാനിപ്പോൾ കൃഷ്ണനുണ്ണി ആയില്ലേ? ഇനി രാമൻകുട്ടീന്നുള്ള പരിഹാസം വേണ്ടല്ലോ!

സ്കൂളുകളിലെ അധ്യയനവർഷം തീരുന്നത് ജൂൺ അവസാനമാണ്. എട്ടാംക്ലാസുവരെ കൊല്ലപ്പരീക്ഷ ക്ലാസുകയറ്റം എന്നുള്ള മാരണങ്ങളൊന്നുമില്ലാത്ത പാഠ്യപദ്ധതി ആയതുകൊണ്ട് ഉണ്ണിപ്പടക്ക് ജൂണായാൽ ഉത്സാഹം കൂടും. വെയിലു വന്നു, ചൂടു വന്നു, ജൂൺ വന്നു ഇനിയെന്തു പഠിത്തം എന്നൊരു മട്ട്.

പൊരിവെയിലത്തു കളിക്കാനാണ് ഉണ്ണിക്കിഷ്ടം. പന്തോളം നല്ലൊരു വസ്തു ഭൂലോകത്തില്ലെടാ എന്നൊരു ഭാവം. കുഞ്ഞുണ്ണിക്ക് പുറം ലോകത്തിനോടിഷ്ടം അത്രക്കില്ല. എങ്ങനെ കളിച്ചാലും പന്ത് സ്ക്രീനോളം - ടി.വി., കമ്പ്യൂട്ടർ, വീഡിയോ ഗെയിം - വരില്ലെന്ന പക്ഷമാണ് കുഞ്ഞുണ്ണിയുടേത്. നിർബന്ധിച്ചു പുറത്തിറക്കി വിട്ടാലും ബൂമറാങ്ങുപോലെ മടങ്ങിവരും.

-പയങ്കര ചൂടാ, കണ്ണു ചൊറിയുന്നു. കാലു വേദനിക്കുന്നു...

പരാതിപ്പട്ടിക നീണ്ടുനീണ്ടു പോകും.

ജൂൺ മാസത്തിലെ മൂന്നാമത്തെ ഞായറാഴ്ചയാണ് പിതൃദിനമായി കൊണ്ടാടുന്നത്. പിതൃദിനം 1908 മുതൽ ആചരിക്കുന്നുണ്ടായിരുന്നു വെങ്കിലും 1972-ൽ അമേരിക്കൻ പ്രസിഡണ്ട് റിച്ചാർഡ് നിക്സണാണ് ഇത് ഔദ്യോഗികമാക്കിയത്. അച്ഛന്മാർക്കുള്ള സമ്മാനങ്ങളായി ടൈ മുതൽ ടെലിവിഷൻ വരെ പരസ്യത്തിൽ കാണാം. അച്ഛനു പ്രിയപ്പെട്ട കളിപ്പാട്ടങ്ങൾ എന്ന പേരിലാണ് വിദ്യുച്ഛക്തിയുപയോഗിച്ചു പ്രവർത്തി ക്കുന്ന സ്ക്രൂഡ്രൈവർ മുതൽ അറക്കവാൾവരെയുള്ള പണിയായുധ ങ്ങളുടെ പരസ്യം.

ആദ്യത്തെ വിളവെടുപ്പുകളിലൊന്നാണ് സ്ട്രോബെറിയുടേത്. ജൂൺ മാസം പകുതി എത്തുമ്പോൾ മുതൽ സ്ട്രോബെറി പാകമാവാൻ തുടങ്ങും. തിന്നുകയും ചെയ്യാം. വീട്ടിൽ കൊണ്ടുപോകുന്ന പഴത്തിന്റെ അളവനുസരിച്ച് പണം നല്കിയാൽ മതി. വേതനം അധികമായതു കൊണ്ടും കൃഷിപ്പണിക്ക് ജോലിക്കാരെ കിട്ടാൻ പൊതുവെ ബുദ്ധി മുട്ടായതുകൊണ്ടുമാണ് വൻകിട കൃഷിക്കാർ ഇതിനു മുതിരുന്നത്.

സ്ട്രോബെറി തിന്നു മതിയാവുമ്പോൾ ബാക്കിയുള്ളതുകൊണ്ട് ജാമു ണ്ടാക്കാം. കെയ്ക്കും പൈയും മഫിനും എന്നുവേണ്ട കാക്കത്തൊള്ളാ യിരം രുചി വിഭവങ്ങൾക്ക് ഈ പഴങ്ങൾ കൂട്ടുനില്ക്കും.

ഒരു മലയാളി വീട്ടമ്മ കാറോടിക്കുന്നത് ഇഷ്ടമില്ലെന്നുപറഞ്ഞാൽ കുറ്റമില്ല. പക്ഷേ, മലയാളിപ്പെണ്ണ് പാചകം ഇഷ്ടമല്ലെന്നു പറയുന്നതിനെ മഹാപാപമായിട്ടാണ് പലപ്പോഴും കരുതപ്പെടുന്നത്. ഹവ്വയമ്മൂമ്മ ചെയ്ത വലിയ വിഡ്ഢിത്തം നമുക്കൊക്കെയറിയാം. ആപ്പിളൊന്നു കടിച്ചിട്ട്

-ഹൗ എന്താ സ്വാദ്

എന്നുപറഞ്ഞു പ്രിയനു നീട്ടി. അദ്ദേഹമാണെങ്കിൽ അതങ്ങു കറുമുറാ കടിച്ചുതിന്നിട്ട് എല്ലാം ഈ ഹവ്വാപ്പെണ്ണിന്റെ വേലത്തരമാണെന്നൊരു

പഴിചാരലും. അതുകൊണ്ട് ഇന്നും കൂടെയുള്ള പെണ്ണ് ഭക്ഷണമുണ്ടാക്കി തരുമെന്നും അതു കഴിച്ചിട്ട് അവളെ കുറ്റപ്പെടുത്താം എന്ന പാരമ്പര്യം വിടാതെ പിടിച്ചിരിക്കുകയാണ് ആദാമിന്റെ പിൻഗാമികളിൽ ചിലർ.

പത്രത്തിൽ മറ്റൊരു പരസ്യം ഇങ്ങനെ: നിങ്ങളുടെ സ്വപ്നത്തിലെ അടുക്കള ഞങ്ങൾ പണിതുതരാം. നിങ്ങളുടെ സ്വപ്നം ഞങ്ങളിലേക്കു പകരുക. പകരം ഞങ്ങൾ സ്വപ്നത്തെ യാഥാർത്ഥ്യമാക്കിത്തരാം...

അതിഭംഗിയുള്ള ആധുനിക ടൈല്, മച്ചിൽനിന്നും തൂങ്ങിക്കിടക്കുന്ന പാത്രങ്ങൾ വെട്ടിത്തിളങ്ങുന്നു, ഭംഗിയുള്ള പൂക്കൾ തുളുമ്പുന്ന പൂപ്പാത്രം, മനോഹരമായ പാത്രങ്ങളിൽ ലക്ഷണമൊത്ത തക്കാളിയും പച്ചമുളകും മനോഹരമായി അടുക്കിവച്ചിരിക്കുന്നു. ആഹാ... ആർക്കും നേരെ കയറിയങ്ങു കഞ്ഞിവെക്കാൻ തോന്നിപ്പോകും!

സത്യമതാണോ? നല്ലയൊരു അടുക്കളയുണ്ടായിരുന്നെങ്കിൽ രാപ്പകൽ ചോറും കറിയും വെച്ചുവിളമ്പാമായിരുന്നു എന്ന് എത്ര സ്ത്രീകൾ സ്വപ്നം കാണുന്നുണ്ട്?

അടുക്കളയില്ലാത്ത വീടു സ്വപ്നം കാണുന്നു കെ.ആർ. മല്ലിക. നമ്മുടെയൊക്കെ അവസ്ഥകൾ എന്ന കഥയിൽ പ്രിയ എ.എസ്സിന്റെ ഭാനു ചോദിക്കുന്നു.

-ആരാണ് ഈ അടുക്കള കണ്ടുപിടിച്ചത്? ആ ആളെ തൂക്കിക്കൊല്ലണം.

അങ്ങനെ തുടങ്ങി ഒരു പേജാണ് പ്രിയ അടുക്കള കഷ്ടതകൾക്കായി മാറ്റിവച്ചിരിക്കുന്നത്. സാറാ ജോസഫ് പണിത മേബിളമ്മായിയുടെ വീട്ടിലേക്ക് ഒളിച്ചോടാൻ ഏതു വായനക്കാരിക്കാണ് കൊതി തോന്നാത്തത്.

നന്തനാർ കഥകളിലെ വെളിച്ചെണ്ണയിൽ ഉള്ളി ചേർത്തു പുരട്ടിപ്പുരട്ടിയെടുക്കുന്ന ഉപ്പേരിയുണ്ടാക്കുന്ന കുഞ്ഞിലക്ഷ്മിയാവാൻ എല്ലാ സ്ത്രീകളും കൊതിക്കുന്നില്ലെന്നർത്ഥം.

അതുകൊണ്ട് ഉണ്ണിയോടു സത്യം തുറന്നുപറഞ്ഞു.

-ഭക്ഷണം കഴിക്കുകേം ബാത്തുറൂമിൽ പോവുകേം ചെയ്യുന്നവർക്കെല്ലാം കുക്കുചെയ്യുകേം ക്ലീൻ ചെയ്യുകേം ആവാം.

ഉണ്ണിക്ക് അതത്ര പിടിച്ചില്ല. ടി.വിയില് ചില നല്ല അമ്മമാർ ജോലിക്കു പോവാതെ വീട്ടിലെ ജോലി മുഴുവൻ ചെയ്യുന്നുണ്ടല്ലോ.

-ടി.വിയില് ചില കുട്ടികളൊക്കെ ടി.വി. കാണാതെ ലൈബ്രറിയിൽ പോയിരുന്ന് പുസ്തകം വായിക്കുകേം എല്ലാ വിഷയത്തിനും എ പ്ലസ് വാങ്ങുകേം ചെയ്യുന്നുണ്ടല്ലോ.

അമ്മയോടു വാദിച്ചാൽ കൂടുതൽ കുഴപ്പമുണ്ടാവുമെന്ന് അറിയാവുന്നതുകൊണ്ട് തികട്ടിവന്ന ഉത്തരങ്ങളൊക്കെ വിഴുങ്ങി ഉണ്ണി തുണി മടക്കിവെക്കാൻ പോയി. വളരുമ്പോൾ ഒരു ഷെഫ് ആകണമെന്നാണ് കുഞ്ഞുണ്ണിക്കാഗ്രഹം. ഫാറ്റാണ്, കൊളസ്റ്ററോളാണ്, വൈറ്റമിനില്ല എന്നൊക്കെയുള്ള അമ്മപ്പരാതികൾ കൂട്ടാതെ ഇഷ്ടമുള്ളതെല്ലാം ഉണ്ടാക്കി സുഭിക്ഷമായി കഴിക്കാം എന്നതാണ് ഈ സത്വിചാരത്തിനു പിന്നിൽ.

ഉണ്ണിക്ക് ഭക്ഷണത്തോടു തീരെ പ്രിയമില്ല. തന്നെ എടുത്തുകഴിക്കണമെന്നു വന്നാൽ ഭക്ഷണമേ വേണ്ടെന്നുവയ്ക്കും. വച്ചൊരുക്കിയ ഭക്ഷണം ഊണുമേശക്കരികിലിരുന്നു കഴിക്കുന്നത് മഹാബോറാണെന്നാണ് അവന്റെ നിലപാട്. വിശക്കുമ്പോൾ ഒരു ചോക്ലേറ്റു തിന്നുക. തീർന്നില്ലേ പ്രശ്നം. ഒരു പാക്കറ്റു ചോക്ലേറ്റുണ്ടെങ്കിൽ ഉണ്ണിക്ക് ഒരു ദിവസം കടത്തിവിടാം.

കുഞ്ഞുണ്ണി അടുക്കള സഹായത്തിനു വന്നു. പയറുമുറിച്ചതും ക്യാരറ്ററിഞ്ഞതും പാത്രത്തിലിട്ടു കഴിഞ്ഞ് മുറിച്ചു വെള്ളത്തിലിട്ടിരിക്കുന്ന ചേമ്പുകൂടി അവിയലിനു ചേർക്കാൻ പറഞ്ഞപ്പോൾ ആദ്യത്തിനു സന്തോഷം. പക്ഷേ, ചേമ്പിൽ തൊട്ടപ്പോൾ വല്ലാത്തൊരു ഇഗിൾഡി -പിഗിൾഡി. ഉണ്ണിക്കൈ നാലുതവണ കുടഞ്ഞു വൃത്തിയാക്കിയപ്പോഴേക്കും അടുക്കള തുടച്ചെടുക്കാനുള്ള വെള്ളമായി തറയിൽ!

ഇതാ മറ്റൊരു സ്വപ്നത്തിലുള്ള അടുക്കള. കലത്തിൽ മണ്ണിട്ട് നല്ല ഭംഗിയുള്ള ചെടികൾ. മുറം, കൊട്ട തുടങ്ങിയവയൊക്കെ മനോഹരമായ ചിത്രങ്ങൾക്ക് ഫ്രെയിമായിട്ടുപയോഗിക്കാം. ചില്ലലമാരയിൽ പുസ്തകങ്ങൾ അടുക്കിവക്കാം. സ്റ്റൗവിനു പുറത്ത് ഭംഗിയുള്ള കുഷ്യനുകൾ കലാപരമായി ചരിച്ചുവക്കുക. ഗോതമ്പുശില്പം എന്ന കവിതയെഴുതിയ ചിത്രകാരിയായ കവിത ബാലകൃഷ്ണനെപ്പോലെ ഒരാൾ അങ്ങനെയൊരു അടുക്കള വരച്ചാൽ എന്തു ചന്തമായിരിക്കും.

ഇനി വിശക്കുമ്പോളെന്തു ചെയ്യുമെന്നു ചോദിച്ചാൽ മനുഷ്യൻ അപ്പം കൊണ്ടു മാത്രമല്ല ജീവിക്കുന്നതെന്നൊരു ഉദ്ധരണികൊണ്ട് രക്ഷപ്പെടാൻ പറ്റുമോ?

ഏഴ്

# ഒഴിവുകാലത്തിന്റെ ആഹ്ലാദം

ജൂലൈ ഒന്നാംതീയതിയാണ് കാനഡ–ഡേ എന്ന കാനഡയുടെ ജന്മദിനം. 1868–ൽ ഉത്തരയമേരിക്കയിലെ ബ്രിട്ടീഷ് അധീനതയിലുണ്ടായിരുന്ന സംസ്ഥാനങ്ങളെയെല്ലാം ഒന്നിപ്പിച്ച് കാനഡ എന്ന പേരിൽ സംയുക്ത ഭരണത്തിൻ കീഴിൽ കൊണ്ടുവന്നു. യൂറോപ്പിൽ നിന്നും വന്ന അധിനിവേശക്കാർ ഇവിടുത്തെ മൂലവംശജരുടെ ഹൂറോൺ–ഐറക്വ ഭാഷയിലെ ഗ്രാമം അഥവാ കുടിപ്പാർപ്പ് എന്നർത്ഥമുള്ള 'kanata' എന്ന വാക്കിൽനിന്നാണ് കാനഡ എന്നപേർ കടഞ്ഞെടുത്തത്. പൊതു ഒഴിവുദിവസമായ ജൂലൈ ഒന്നാംതീയതി പാർക്കുകളിലും മൈതാനങ്ങളിലുമുള്ള സംഗീതമേളകളും ഘോഷയാത്രകളും വെടിക്കെട്ടുമായിട്ടൊക്കെയാണ് രാജ്യത്തിന്റെ ജന്മദിനാഘോഷം.

ചൂടും പ്രകാശവും സ്കൂൾ അവധിയുമായി ജൂലൈയുടെ മാസത്തിന് പ്രത്യേക സുഖമുണ്ട്. അവധിക്കാലമായതുകൊണ്ട് റോഡിൽ തിരക്കു കുറവായിരിക്കും. അല്ലലില്ലാതെ പകൽസ്വപ്നം കണ്ടങ്ങനെ കാറോടിച്ചു പോവാം. ചുവന്ന പഴങ്ങൾ മൂടി ചെറിമരം സുന്ദരിയാവുന്നത് ജൂലൈയിലെ ആദ്യവാരത്തിലാണ്. മറ്റു ഫലങ്ങളെപ്പോലെ രണ്ടാഴ്ചകൊണ്ട് ഇവ തീരുകയും ചെയ്യും. അപ്പോൾ എനിക്കു നെരൂദയുടെ ഒരു രണ്ടുവരി കവിതയുമാകാം: വസന്തം ചെറിമരങ്ങളോട് ചെയ്യുന്നതുതന്നെയാണ് ഞാൻ നിന്നോടും ചെയ്യുന്നത്.

തൊടികൾ മാത്രമല്ല ചെടികളും പൂക്കളുംകൊണ്ട് അലങ്കരിക്കപ്പെടുന്നത്. നഗരസഭ പാർക്കുകളിലും തെരുവോരങ്ങളിലും പൂച്ചെടികൾ നട്ടുപിടിപ്പിക്കാറുണ്ട്. ഇവയുടെ പരിപാലനത്തിനായി പ്രത്യേക ജോലിക്കാരും വാഹനങ്ങളുമുണ്ട്. ഈ ചെടികൾക്കു വാഹനത്തിൽ കൊണ്ടുവന്നിട്ടാണ് വെള്ളമൊഴിക്കുന്നത്.

ജോലിക്കിടയിലെ ഉച്ചഭക്ഷണത്തിനുള്ള ഒരു മണിക്കൂർ നഗരത്തിലെ വീതികുറഞ്ഞ തെരുവുകളിലൂടെ ചുറ്റിയടിക്കുന്നതിനൊരു പ്രത്യേക സുഖമുണ്ട്. നട്ടുച്ചയിൽ ഈ വഴികളിൽ പലപ്പോഴും ശരാശരിക്കാർക്കു നിരക്കാത്ത നിലയിൽ ജീവിതത്തെ കാണുന്നവരുണ്ടാവും. മേലാകെ റ്റാറ്റു ചെയ്തലങ്കരിച്ചവർ, ആഭരണങ്ങൾ (കൂടുതലും വളയങ്ങൾ) ശരീരത്തിന്റെ പല ഭാഗത്തായി കോർത്തവർ, കൂടെ ആരെങ്കിലും ഉണ്ടെങ്കിലേ സംസാരിക്കാവൂ എന്ന ശാഠ്യമില്ലാത്ത മനുഷ്യർ. അല്ലെങ്കിൽ തന്നെ നമ്മൾ പറയുന്നതൊക്കെ കൂടെയുള്ളയാൾ കേൾക്കുന്നുവെന്നതിനു തെളിവെന്താണുള്ളത്? ഈ കൂട്ടരാണെങ്കിൽ പറയാനുള്ളതങ്ങു പറഞ്ഞുതീർക്കും. കോഴിയോ മുട്ടയോ ആദ്യം വന്നതെന്ന വാതുവെക്കലിന്റെ അർത്ഥശൂന്യതയവർക്കറിയാം.

സ്കൂളും പഠിത്തവുമൊക്കെ പഴങ്കഥപോലെ കുട്ടികൾ മറന്നിരിക്കുന്നു. അവധിക്കാലത്തെ പ്രധാന കായിക വിനോദങ്ങളിലൊന്ന് സോക്കർ എന്നറിയപ്പെടുന്ന ഫുട്ബോൾകളിയാണ്. പ്രായമനുസരിച്ച് തിരിച്ചിട്ടുള്ള ഓരോ ടീമുകൾക്കും വ്യത്യസ്ത നിറത്തിലുള്ള യൂണിഫോമുണ്ട്. കുട്ടിപ്പട്ടാളം വൈകുന്നേരം മൈതാനത്തു കളിക്കാനിറങ്ങുമ്പോൾ പ്രേക്ഷകർ ബന്ധുക്കളായിരിക്കും. പലപ്പോഴും കളിക്കാരേക്കാൾ ആവേശം ഇവർക്കായിരിക്കും. മുൻപിലിരിക്കുന്ന ഒരച്ഛന്റെ ചെവി കോപംകൊണ്ടു ചുവന്നിരിക്കുന്നു. നീലഷർട്ടിട്ട അമ്മ എഴുന്നേറ്റുനിന്ന് വിരൽചൂണ്ടി റഫറിക്ക് നിയമം പറഞ്ഞുകൊടുക്കുന്നു. ബഹളം. ഹളം...!!

പക്ഷേ, ഈ അമ്മയ്ക്ക് ഇതൊക്കെ വെറും വര നെറ്റ്, വിസിൽ, കൊടി.... അതിനു കൂട്ടായി ഒരു പന്തും കുറെ ഉണ്ണികളും. കളി തീരുന്നതിനിടയ്ക്ക് രണ്ടു കഥ വായിക്കുവാൻ സമയമുണ്ട്. ബഹളത്തിൽ കുഞ്ഞുണ്ണിക്കും വിശ്വാസമില്ല. അതുകൊണ്ട് ഗോളിക്കുപ്പായമിട്ട് പന്തു തന്നെ തേടിവരുന്നതും നോക്കി നെറ്റിനു മുൻപിൽ കാത്തുനില്ക്കാനാണ് അവനിഷ്ടം. പന്തു പക്ഷേ, നെറ്റിനടുത്ത് എത്താറാകുമ്പോഴേക്കും ഉണ്ണി വേവലാതിപ്പെടും.

-അയ്യോ, ഓഫ് സൈഡ് ആവില്ല... ദേ ഇപ്പോ

-ഹൊ, രക്ഷപ്പെട്ടു.

ചേട്ടന്റെ പരിഭ്രമമറിയാതെ ശാന്തതയോടെ കുഞ്ഞുണ്ണി നില്ക്കും. പന്തിനു പിന്നാലെ ഓടുന്ന കാലുകളിലധികവും വെളുത്തുകൊഴുത്ത ഫാരക്സ് തുടിപ്പുള്ളതാണ്. ഉണ്ണിക്കും കുഞ്ഞുണ്ണിക്കും ചുരുക്കമായേ ഈൗർക്കിൽ കാലന്മാർ കൂട്ടിനുണ്ടാവൂ.

ചൂടുകൊണ്ട് നഗരം പഴുത്തു കിടക്കുകയാണിപ്പോൾ. പണ്ടിവിടെ മഞ്ഞുണ്ടായിരുന്നു തണുപ്പായിരുന്നു എന്നൊക്കെ വിശ്വസിക്കാൻ വിഷമം തോന്നും. തണുതണുപ്പത്തു ജീവിക്കുന്നതുകൊണ്ട് കാനഡ ക്കാർക്കു ചൂടു സഹിക്കുവാൻ ബുദ്ധിമുട്ടാണ്. നമ്മുടെ ശരീരത്തിനു ചേരുന്നതിലും കൂടിയ തണുപ്പിലാണ് എയർകണ്ടീഷണറുകൾ സെറ്റു ചെയ്തിരിക്കുന്നത്. അതുകൊണ്ട് മിക്കവാറും എല്ലാ കെട്ടിടങ്ങളിലും രോമാഞ്ചം വിരിയിക്കുന്ന തണുപ്പാണ് വേനൽക്കാലത്ത്. ചൂടു കാലാ വസ്ഥയ്ക്കു ചേരുന്ന കനംകുറഞ്ഞ ബ്ലൗസിടുമ്പോൾ രോമത്തോ ടൊപ്പം മുലക്കണ്ണും ചൊടിച്ചെഴുന്നേറ്റു നില്ക്കുമെന്നൊരു പ്രശ്നം ഇതു സൃഷ്ടിക്കുന്നു. ഈ പ്രതിഭാസത്തിന് അനസൂയക്കൂട്ടുകാരിയിട്ട പേരാണ് റ്റിറ്റൈറ്റ്സ്മെന്റ്. അനു പറയുന്നത് ഈ വാക്ക് വെബ്സ്റ്റേഴ്സ് ഡിക്ഷനറിയിൽ എഴുതിച്ചേർക്കാൻ ആവശ്യപ്പെടണമെന്നാണ്. അതു മറ്റുള്ളവർക്കും ആശയവിനിമയത്തിനു സൗകര്യമാവും.

ഭാരതീയമായ സാരി, ചുന്നി, ഷാള്, തോർത്ത്, നേര്യത് തുടങ്ങിയ ഏതെങ്കിലുമൊന്ന് വേഷത്തിന്റെ ഭാഗമായിരുന്നെങ്കിൽ ഞൊറിഞ്ഞു മടക്കി പരത്തി നിരത്തി ഇതു രഹസ്യമാക്കിവെക്കാമായിരുന്നു. അതു സാധ്യമല്ലാത്തതുകൊണ്ട് ഈ പ്രശ്നത്തെ ഒളിപ്പിച്ചുവയ്ക്കാൻ കരു ത്തുള്ള കഞ്ചുകം വേണം വാങ്ങാൻ. ഇവിടെ ഒരുവിധം എല്ലാ സാധന ങ്ങളും വാങ്ങിയിട്ട് തൃപ്തിയായില്ലെങ്കിൽ ഉപാധികളൊന്നുമില്ലാതെ തിരിച്ചേല്പിക്കാം. പക്ഷേ, ശുചിത്വപരിപാലനത്തെ മുൻനിർത്തി അടി വസ്ത്രങ്ങൾ വാങ്ങിക്കഴിഞ്ഞാൽ തിരിച്ചെടുക്കില്ല. ഈ കൂട്ടത്തിന് വിലയും പൊതുവെ കൂടുതലാണ്. അതുകൊണ്ട് പറ്റുകുപ്പായം വാങ്ങാൻ കൂട്ടുവേണം. പാകംനോക്കാനും അഭിപ്രായം പറയാനും പ്രിയതമനെ കിട്ടില്ല. അതിനൊരു കൂട്ടുകാരി കൂടിയേ തീരൂ.

സ്കൂൾ തുറക്കുംമുമ്പ് സാധിക്കുമെങ്കിൽ ജന്മനാട്ടിലേക്കൊരു യാത്ര വേണം. യാത്രകൾ മനസ്സിനെ തണുപ്പിക്കുകയും ശാന്തമാക്കുകയും ചെയ്യാറുണ്ട്. പക്ഷേ, കാനഡയിൽനിന്നും കേരളത്തിലേക്കുള്ള യാത്ര മനശ്ശാന്തി നല്കുന്ന അനുഭവമായി തോന്നാറില്ല. സാധനങ്ങൾക്കാ യുള്ള പരക്കം പാച്ചിലും വിമാനത്തിനുവേണ്ടി പലതവണയുള്ള മടു പ്പിക്കുന്ന കാത്തിരിപ്പും ഔദ്യോഗിക ചട്ടവട്ടങ്ങളുമൊക്കെ മനസ്സിന്റെ ഉന്മേഷം കെടുത്തും.

കേരളത്തിലെ ജീവിതത്തിനു യോജിച്ച സാധനങ്ങൾ വില്ക്കുന്ന 'സൂക്കു'കൾ ഇവിടെയില്ല. യൂറോപ്പു ജീവിതത്തിനു ചേർന്ന വസ്തുക്കൾ

നിറഞ്ഞ ഷോപ്പിംഗ് സെന്ററുകളിൽനിന്നും ഇഷ്ടപ്പെട്ടതെന്തെങ്കിലും കണ്ടുകിട്ടാൻ ബുദ്ധിമുട്ടാണ്. പിന്നെ നീണ്ട.... നീണ്ട... വിമാനയാത്ര ഇരുപത്തിനാലു മണിക്കൂറെങ്കിലും കഴിയാതെ നാടെത്തിക്കുകയുമില്ല. അതുകൊണ്ടുതന്നെ ഉത്തരയമേരിക്കയിലെ മലയാളികൾക്ക് പശ്ചിമേഷ്യൻ രാജ്യത്തെ മലയാളികളോട് കനത്ത അസൂയയുമുണ്ട്.

നാഴൂരി അവധികൊണ്ട് നാടാകെ കറങ്ങേണ്ടിവരുമ്പോൾ കൊട്ടക്ക, കാട്ടുറബ്ബറ്, പുല്ലാഞ്ഞി ഒന്നും കാണാൻ കിട്ടാറില്ല. എന്നാലും ഓർത്തു നുണയാൻ സുഖം... അതി സുഖം!

നാടെത്തിക്കഴിഞ്ഞാൽ ബന്ധുക്കളുടെ സ്നേഹപ്രകടനം ഭക്ഷണത്തിലൂടെയാണ്. ഇഷ്ടവും ഇഷ്ടക്കേടും വിശപ്പുമൊന്നും ആരും കാര്യമായിട്ടെടുക്കാറില്ല. പാത്രം നിറഞ്ഞിരിക്കുന്ന വിഭവങ്ങൾ മുഴുവനും കഴിച്ചാലേ സ്നേഹിക്കൽ പൂർണമാവൂ. ഇവിടെ ഇല്ലാതിരുന്ന സമയത്തു തരേണ്ടിയിരുന്നതു മുഴുവൻ ഒറ്റയടിക്കു തന്നാശ്വസിക്കാൻ ശ്രമിക്കുകയാണെന്നറിയാം. നിർബന്ധിക്കലും പരിഭവവും ശ്വാസംമുട്ടിക്കുമ്പോൾ മനസ്സു കുസൃതി പറയും.

-നോക്കൂ ലോകത്തിലെ സമ്പന്ന രാജ്യങ്ങളിലൊന്നായ കാനഡയിൽ നിന്നും വന്ന ഞങ്ങളേക്കാൾ ദാരിദ്ര്യരാജ്യത്തെ പൗരന്മാരായ നിങ്ങളല്ലെ ഇതൊക്കെ അർഹിക്കുന്നത്?

കസ്റ്റംസുകാരേക്കാൾ കടുപ്പക്കാരാണ് നാടൻ ഉറുമ്പുകൾ. കടൽ കടന്നെത്തിയ ചോക്ലേറ്റും മറ്റു മധുരിക്കുന്നതും മാത്രം പോരാ അവയ്ക്ക്. അമേരിക്കൻ ഭൂഖണ്ഡത്തിൽനിന്നും വന്ന ഏതു സാധനവും ഞങ്ങൾ തിന്നും എന്നൊരു വാശി. റബ്ബർബാൻഡ് തുണി ഒക്കെ ചവച്ചു തള്ളി. ഞങ്ങൾ ഭൂമിയുടെ അവകാശികൾ മാത്രമല്ല ഈ പെട്ടിക്കകത്തുള്ള സകലതിന്റേയും അവകാശികളാണെന്നൊരു ധാർഷ്ട്യമാണവർക്ക്!

പക്ഷേ, ഈ ഭൂമിയുടെ അവകാശികളോട് കനേഡിയൻ പൗരന്മാരുടെ ഇളംമാംസവും രക്തവും ഭക്ഷിക്കുന്നതു പാപമല്ലെ എന്നു ചോദിച്ചാൽ 'പാപമേറ്റു പറയാൻ നീയാര്, പുതിയ വനിതാ പുരോഹിതയോ' എന്നു പുച്ഛത്തിൽ മൂളിപ്പറന്നുപോകും കൊതുകിൻ പട.

കടിയും കരച്ചിലുമായി കൈയും കാലും നിറയെ നെയ്യപ്പം വിളയുമ്പോൾ ഉണ്ണിക്കു സങ്കടംവരും.

-നമുക്കു നമ്മടെ വീട്ടിൽ പോവാം!

നമ്മുടെ വീട്, ഭൂഖണ്ഡത്തിന്റെ മറ്റേപ്പുറത്ത്. കടിയും നീറ്റലുമില്ലാതെ ചൂടും തണുപ്പും ക്രമീകരിച്ച്.... അവിടെയിരിക്കുമ്പോൾ അച്ഛനു മമ്മയ്ക്കും മനസ്സിനൊരു കടച്ചിലാണ്.

-നമുക്കു നമ്മുടെ നാട്ടിൽ പോകാം.

നെയ്യപ്പം ചൊറിഞ്ഞു വഷളാക്കരുതെന്നോർമ്മിപ്പിച്ച് ആശ്വസിപ്പിക്കും.

-പോവാമല്ലൊ, രണ്ടാഴ്ചക്കകം.

-വേണ്ട ഇപ്പോതന്നെ!

ചൂടുള്ള കണ്ണീര് തോളിൽ വീഴുമ്പോൾ നെഞ്ചുരുകിപ്പോകും.

വിമാനം താഴുമ്പോൾ ഭൂമിയുടെ തുണ്ട് താഴെക്കാണാം. മാപ്പിലേതു പോലെ റോഡുകൾ ഒപ്പം നില്ക്കുമ്പോൾ ഡംഭു കാണിച്ചിരുന്ന കെട്ടിടങ്ങൾ വളരെച്ചെറുതായി കാൽക്കീഴിൽ. പിന്നെ മരത്തലപ്പ്... ചാഞ്ചക്കം ചാഞ്ചക്കം തെങ്ങോല. അത്രയും സുഖകരമായ കാഴ്ച ഈ യാത്രയിൽ വേറെയില്ലെന്നു തോന്നിപ്പോകും.

പക്ഷേ, ഉണ്ണിക്കണ്ണുകൾക്കമൃത് കൂർത്തു മൂർത്ത എവർഗ്രീൻ തലപ്പാവുമൊ എന്നൊരു നോവുന്ന ചോദ്യം?

എട്ട്

# ആണത്തമുള്ള ഓണം

പുരുഷമേധാവിത്തം വിയർക്കുന്ന ഈ കാലഘട്ടത്തിൽ ഓണം സ്ത്രീകളുടെ കുത്തകയാണെന്ന് പലപ്പോഴും തോന്നിപ്പോകും. ഓണപ്പതിപ്പായി വരുന്ന ആനുകാലികങ്ങളുടെ പുറംചട്ടയിൽ കസവും കോടിയുമണിഞ്ഞ പെൺമണികൾ തലയാകെ പൂചൂടി നില്ക്കുകയും ഇരിക്കുകയും ചെയ്യുന്നു. അത്തപ്പൂവിനുചുറ്റും ഊഞ്ഞാലിലുമൊക്കെയായി പോസു ചെയ്യുന്നതും ഇക്കൂട്ടർതന്നെ. ചിലപ്പോഴെങ്ങാൻ കുറിമുണ്ടുടുത്ത ഒരു പയ്യൻ ഈ സുന്ദരിമണികൾക്കു കണ്ണുകിട്ടാതിരിക്കാനെന്നപോലെ നില്ക്കുന്നതുകാണാം. അല്ലെങ്കിൽതന്നെ സമത്വസുന്ദരമായ ഒരു കാലത്തിന്റെ ഓർമ്മയ്ക്ക് പുരുഷന്മാരുടെ ആവശ്യമെന്താണ്!

വർഷങ്ങൾക്കുമുമ്പ് റീഡേഴ്സ് ഡയജസ്റ്റിൽ വായിച്ച ഒരു ലേഖനത്തിന്റെ തുടക്കമിങ്ങനെയാണ്. "എന്റെ അമ്മയ്ക്ക് ഒരു പെൺകുട്ടിയുണ്ടായിരുന്നു. അതു ഞാൻ. ആ അമ്മയുടെ അമ്മയ്ക്കും ഒരു പെൺകുട്ടിയുണ്ടായിരുന്നു, അതെന്റെ അമ്മ. ആ അമ്മയുടെ അമ്മയ്ക്കും ഒരു മകളുണ്ടായിരുന്നു. അങ്ങനെയാലോചിക്കുമ്പോൾ അമ്മമാരുടെ ആ കണ്ണിയിൽ പെൺകുട്ടികളില്ലാത്ത നിർഭാഗ്യവതി ഞാൻ മാത്രം!"

അങ്ങനെയൊരമ്മ സുന്ദരമായിട്ടൊന്ന് ഓണം ആഘോഷിക്കുന്നതെങ്ങനെയാണ്? പാവാട ഞൊറിയിളകാത്ത ഇടനാഴി. പാദസരം കിലുങ്ങാത്ത പടികൾ. പകരം ആൺകുട്ടികൾ തിമിർത്തോടുന്ന വീട്! നീളൻപാവാടയും ചേരുന്ന ബ്ലൗസുമിട്ട് മുടി പിന്നിക്കെട്ടി പൂചൂടി കണ്ണെഴുതിപൊട്ടും കുത്തി വേണ്ടേ പെൺമക്കൾ പൂവിറുക്കേണ്ടത്. അത്തപ്പൂവിടുകയും ഊഞ്ഞാലാടുകയും ചെയ്യേണ്ടത്. ഇതൊന്നും പയ്യന്മാർ പങ്കെടുക്കേണ്ട കാര്യങ്ങളല്ലെന്ന് ഓണപ്പതിപ്പുകൾ ആവർത്തിച്ചു പറയുന്നു. അതുകൊണ്ട് ഒരു കഷണ്ടിത്തലയൻ ഭർത്താവും രണ്ടീച്ചക്കാലൻ ആൺമക്കളുമുള്ള ഒരു മലയാളി അമ്മയ്ക്ക് 'പിക്ചർ

പെർഫക്റ്റ്' ആയിട്ടൊന്ന് ഓണമാഘോഷിക്കാൻ കാനഡയിൽ സാധ്യത കുറവാണ്.

എന്നാലും ഓണത്തോളം ഹൃദയത്തെ നാടിനോടടുപ്പിക്കുന്ന മറ്റൊരാഘോഷമില്ല. ഓണമുണ്ണാൻവേണ്ടി കാണമൊന്നും വിറ്റില്ലെങ്കിലും എല്ലാവർഷവും തിരുവോണത്തിന് ഒരു ദിവസത്തെ അവധി കളഞ്ഞ് അവിയൽ, സാമ്പാർ, എരിശ്ശേരിയുടെയൊക്കെ കനേഡിയൻ ഡ്യൂപ്പുണ്ടാക്കി കമ്പ്യൂട്ടറിലയിൽ വിളമ്പി കേരളത്തെ അപ്പാടെയങ്ങ് വീടിനകത്തേക്ക് ആവാഹിക്കാൻ ശ്രമിക്കും.

കണ്ണും മൂക്കുമില്ലാതെ കളിക്കാൻ ഓടിവരുന്ന അയൽപക്കത്തെ സായ്‌വൻ കിടാങ്ങൾ, ശക്തിയായി വീശുന്ന കാറ്റ് അങ്ങനെ പലതുണ്ട് പുറത്തെ അത്തപ്പൂക്കളത്തിനു ശത്രുക്കൾ. പോരെങ്കിൽ മുറ്റം എന്നൊന്നില്ലാത്ത ഈ നാട്ടിൽ പുറത്തേക്കിറങ്ങുന്ന വരാന്ത കഴിഞ്ഞാൽ നടക്കല്ലും കാറിനു വിശ്രമിക്കാനുള്ള ഡ്രൈവ്-വേയുമാണുള്ളത്. അതുകൊണ്ട് അത്തപ്പൂക്കളം അകത്തെ വരാന്തയിലെ ടൈലിന്റെ കൃത്രിമത്വത്തിനു മുകളിലാണ് എല്ലാവർഷവും.

ഫ്രഷ് ഫ്ളവേഴ്സുകൊണ്ട് നിങ്ങളെന്താണു കാണിക്കുന്നതെന്ന് അയൽപക്കത്തെ അമാൻഡക്കൂട്ടുകാരി വിവരക്കേടു ചോദിക്കുമ്പോൾ ഈറച്ചക്കാലന്മാർ കഥയുടെ കെട്ടഴിക്കും. കേരളത്തിൽനിന്നും ഒരു ഡെഡ് കിങ്ങ് ഇവിടംവരെ വരിക, അമ്പട!! അമാൻഡക്കുട്ടിക്ക് എന്തു മനസ്സിലായോ ആവോ!

ഓണം കാനഡയിലെ പൂക്കാലമായത് ഭാഗ്യമാണെന്ന് പലപ്പോഴും തോന്നാറുണ്ട്. വിഷുക്കാലത്ത് ഇവിടെ തണുപ്പായിരിക്കും. മഞ്ഞു മാറിയിട്ടുണ്ടെങ്കിലും ചെടികളും പൂക്കളുമൊന്നും പുറത്തു കാണാത്തതുകൊണ്ട് മനസ്സിനത്ര സന്തോഷം തോന്നാറില്ല. വിഷുച്ചൂട് ഉള്ളിൽ മാത്രമായിട്ടൊതുങ്ങിപ്പോകും.

മുറ്റവും പറമ്പുമൊക്കെ കുറവാണെങ്കിലും ഓണക്കാലത്ത് വീടിനു ചുറ്റും പൂക്കൾ ചിരിച്ചു തിമിർക്കും. ഏതൊക്കെ പൂവുകളാണ് അത്തമിടാൻ പറിക്കേണ്ടതെന്ന് ഇപ്പോൾ ആൺമക്കൾക്കറിയാം. അതിൽ പക്ഷേ, തെച്ചിയും തുമ്പയും മുക്കുറ്റിയുമൊന്നും ഉണ്ടായിരിക്കില്ല.

മതംമാറിയ ഒരു എഴുത്തുകാരി ഹിന്ദുവല്ലാത്തതുകൊണ്ട് ഓണം എന്താണെന്നുതന്നെ തനിക്കറിയില്ലെന്നുപറഞ്ഞ് ഈയിടെയൊന്നു വേദനിപ്പിച്ചു. ഓണം കേരളീയരുടെ ദേശീയോത്സവമാണെന്ന പഴയ പാഠം ഒരു നുണയായിരുന്നിരിക്കാം. അല്ലെങ്കിൽത്തന്നെ ഹിന്ദു

പുരാണത്തിലല്ലേ ഇതിനെപ്പറ്റിയൊക്കെയുള്ള വിവരണമുള്ളൂ. നമസ്കാര പുസ്തകത്തിൽ ഓണം കുർബ്ബാനയില്ലാത്ത നസ്രാണികൾ ഇതൊക്കെ ആഘോഷിക്കുന്നതെന്തിനാണ്?

ഏതു മതത്തിൽനിന്നാലും ദൈവത്തിന് കരുണയുടേയും സ്നേഹത്തിന്റേയും മാത്രം മുഖമേയുള്ളൂ. എന്നിട്ടും ആ ദൈവത്തിന്റെ പേരിൽ ചേരിതിരിവും കൊലയും നടക്കുന്ന നാടല്ലേ. ഇനി ഓണമാഘോഷിക്കാൻ വാമന സീലുള്ള ലൈസൻസും പെർമിറ്റുമൊക്കെ വേണമെന്നൊരു നിയമം വന്നേക്കാം.

തല്ക്കാലം ഇതൊന്നുമില്ലാതെതന്നെ കാനഡയിലെ മലയാളികൾ കൃത്യമായി ഓണമാഘോഷിക്കാറുണ്ട്. ജൂലായ്-ആഗസ്റ്റു മാസങ്ങളാണ് ഇവിടെ സ്കൂളുകൾക്ക് അവധി. സെപ്തംബർ ആദ്യം സ്കൂൾ തുറക്കുന്നതിനുമുമ്പുള്ള ഒരാഘോഷമായിട്ടാണ് കുട്ടികളിതിനെ കാണുന്നത്.

മലയാളി സംഘടനയുടെ നേതൃത്വത്തിലുള്ള കൂട്ടമായ ഓണാഘോഷത്തിന് സ്ത്രീകളുടെ തിരുവാതിര, കുട്ടികളുടെ ഡാൻസ്, കോലടി, പുരുഷന്മാരുടെ വള്ളംകളി, വില്ലടിച്ചാൻ പാട്ട്, ഓലക്കുട ചൂടിയ മഹാബലി... ഒടുക്കം പായസമുൾപ്പെടെയുള്ള സദ്യ വരെയുണ്ടാകും. സ്ത്രീകളൊക്കെ പട്ടുസാരിയുടെ പകിട്ടു വേണ്ടെന്നുവച്ച് സെറ്റും കേരളസാരിയും കോട്ടൺസാരിയുമൊക്കെയായി. ആണുങ്ങളാണെങ്കിൽ സായ്‌വൻ സൂട്ട് അലമാരിയിൽവച്ചിട്ട് മുണ്ട്, കുർത്ത, നാടൻ ഷർട്ട് ഒക്കെയണിഞ്ഞ് യോഗ്യന്മാരായിട്ടങ്ങനെ.

ഹൃദയമപ്പോൾ പൂർണ്ണമായും കേരളത്തിലാണ്. രാഷ്ട്രീയവും മതഭ്രാന്തും വ്യഭിചരിച്ചു മാനം കെടുത്തിയ കേരളത്തിലല്ല. ആന്തൂറിയവും ഓർക്കിഡും വനിലയും ചിരിച്ചുനില്ക്കുന്ന ആധുനിക കേരളവും ആയിരിക്കണമെന്നില്ല. ഓരോരുത്തരും വർഷങ്ങൾക്കുമുമ്പു വിട്ടുപോന്ന കാലത്തെ കേരളത്തിൽ, ബാലകൗമാരങ്ങളിലെ ഓണക്കാലത്തേക്കാണ് മനസ്സു പറന്നെത്തുന്നത്. ഇതെല്ലാം ഞങ്ങൾക്കു നാട്ടിലേക്കുള്ള മടങ്ങിവരവാണ്. ഹൃദയത്തിന്റെ ആഘോഷമാണ്.

ടൊറന്റോയിൽ രണ്ടു മലയാളി കടകളാണുള്ളത് - റോയൽ കേരളയും കോക്കനട്ട് ഗ്രൂവും. കടകൾ അകലെയായതുകൊണ്ട് ഓണച്ചന്തയ്ക്ക് ഒരാഴ്ച മുമ്പേ പോകണം.

"അമ്മ ഉപ്പരി ഉണ്ടാക്കേണ്ട, ടോമി അങ്കിളിന്റെ കടയിലെ ഉപ്പേരിക്കാണ് ടേസ്റ്റ്" എന്ന് ഉണ്ണി സ്നേഹത്തോടെ പറയും. ഈ കുട്ടിക്ക്

സത്യസന്ധത അല്പം കൂടിപ്പോകുന്നുണ്ടോ എന്നൊരു സംശയം അപ്പോൾ തോന്നാറുണ്ട്.

കടയിലെത്തിയാൽ കുഞ്ഞുണ്ണി ആദ്യമോടുന്നത് കേരള പറോട്ട എടുക്കാനാണ്. എണ്ണ വളരെ കുറച്ചുചേർത്ത് ചുട്ടെടുക്കുന്ന അമ്മയുടെ ആരോഗ്യച്ചപ്പാത്തിയേക്കാൾ സ്വാദ് കേരള പറോട്ടക്കാണെന്ന് ആ ഓട്ടം കണ്ടാലറിയാം. കഷണ്ടിക്കാലമായിട്ടും ഉണ്ണിത്തം വിടാത്തയാൾക്കു വേണ്ടത് കപ്പലണ്ടി മിഠായി, നെയ്യപ്പം, കേരള മിക്ചർ! സ്റ്റാൻഡിൽ നിരത്തിവച്ചിരിക്കുന്ന മലയാളം പ്രസിദ്ധീകരണങ്ങൾക്കടുത്ത് പ്ലാവില കണ്ട ആടിനെപ്പോലെ കുറച്ചിട നിന്നുപോകും. ഒടുക്കം പലചരക്ക്, പച്ചക്കറി, പൂവൻപഴം ഒക്കെ വാങ്ങി മലയാളത്തിൽ യാത്രപറഞ്ഞിറങ്ങുമ്പോൾ കേരളത്തിൽപോയ ഒരു സുഖം മനസ്സിനുണ്ടാവും.

ഊണു വിളമ്പിക്കഴിയുമ്പോഴാണ് ഇലയുടെ തല തിരിഞ്ഞുപോയെന്നറിയുന്നത്. എന്നും ഉണ്ണുന്ന കോണിംഗ് വെയർ പ്ലേറ്റിനേക്കാൾ നല്ലതാണ് തിരുവോണത്തിന് തല തിരിഞ്ഞ ഇലയെന്ന് ഗൃഹനാഥന്റെ ആശ്വസിപ്പിക്കൽ.

അവിയലിലെ മുരിങ്ങക്കോലു തോണ്ടിയെടുത്ത് “ദേ ഇതിനകത്തു ബോണുണ്ട്” എന്ന് കുഞ്ഞുണ്ണിയുടെ പരാതി. മുരിങ്ങക്കായ നട്ടെല്ലുള്ള പച്ചക്കറിയായി ഉയർന്നിരിക്കുന്നു!

അങ്ങനെ, പ്രദർശിപ്പിക്കാൻ പറ്റിയത്ര സൗന്ദര്യമുള്ള പെൺമക്കളില്ലെങ്കിലും ആൺകുട്ടികൾ പൂവിറുത്തും അത്തമിട്ടും സദ്യയൊരുക്കാൻ സഹായിച്ചും ബു.ജി.കൾ പുച്ഛിക്കുന്ന കൃത്രിമയിലയിൽ ചോറുണ്ടും ഒരോണംകൂടി വന്നുപോകുമ്പോൾ ഇവിടെ ഇങ്ങനെയൊക്കെയെ ഞങ്ങൾക്കു ചെയ്യാനാകൂ.

ഒമ്പത്

# കനേഡിയൻ വനവാസവും അത്തപ്പൂക്കളവും

മദ്ധ്യവേനലവധിയുടെ മധ്യമെത്തിയിരിക്കുന്നു. എല്ലാവർഷവും കേരളത്തോളം പോകാൻ കഴിഞ്ഞില്ലെങ്കിലും നിത്യജീവിതത്തിന്റെ പിരിമുറുക്കങ്ങളിൽനിന്നും പുറത്തുകടക്കാൻ കാനഡയിൽതന്നെ പലയിടങ്ങളുണ്ട്.

ടൊറാന്റോയിലെ കാനഡാസ് വണ്ടർ ലാൻഡിലും നയാഗ്രയിലെ മറൈൻ ലാൻഡിലുമൊക്കെയായി തീം പാർക്കുകളിൽ തിരക്കുതന്നെയാണ്. വീഗാലാൻഡിനേയും ബ്ലാക്ക് തണ്ടറിനേയും പോലുള്ള ഇവിടുത്തെ യന്ത്രഊഞ്ഞാലുകളും റോളർ കോസ്റ്ററുകളും ധൈര്യത്തേയും സാഹസികതയേയും വെല്ലുവിളിക്കുന്നവയാണ്. നല്ല കാലാവസ്ഥയും അവധിയും വിദേശസഞ്ചാരികളെ കാനഡയിലേക്കെത്തിക്കുന്നു. നയാഗ്രയിൽ ഇപ്പോൾ പലതരത്തിലുള്ള വേഷങ്ങളും ഭാഷകളുമായി സന്ദർശകരുടെ തിരക്കായിരിക്കും. ലോകത്തിന്റെ ഒരു പരിച്ഛേദം ഇവിടെ കാണാൻ പറ്റുമെന്നു തോന്നും.

നഗരജീവിതത്തിന്റെ തിരക്കും മടുപ്പും ഒഴിവാക്കുവാനായിട്ടൊരു വനവാസം മനസ്സിനും ശരീരത്തിനും നല്ലതാണ്. ക്യാമ്പിങ് എന്ന പേരിൽ കാട്ടിൽ കൂടാരമടിച്ചു രാപാർക്കുന്നതിനൊരു പ്രത്യേക രസമുണ്ട്. നിവർത്തിയാൽ നാലു പേർക്കു കിടക്കാനിടമുള്ള കൂടാരം ഉപയോഗം കഴിയുമ്പോൾ ഒരു ചെറിയ ബാഗിന്റെ വലുപ്പത്തിൽ ചുരുട്ടിയെടുക്കാം. ഇതു കൂടാതെ ഉറങ്ങാനുള്ള സ്ലീപ്പിംഗ് ബാഗും (മെത്തയും പുതപ്പുമായി മാറുന്ന സഞ്ചി) പാചകത്തിനുള്ള പാത്രങ്ങളും ഭക്ഷണസാധനങ്ങളുമായി സുഹൃത്തുക്കളോടൊത്ത് കുറച്ചു ദിവസം കഴിക്കുക. ടെലിവിഷൻ, ഫോൺ, ഇന്റർനെറ്റ് തുടങ്ങിയവയില്ലാത്ത പരിമിതമായ സൗകര്യങ്ങൾകൊണ്ട് ജീവിതത്തിനു ശാന്തതയും അർത്ഥവും കണ്ടെത്താനുള്ള ശ്രമം.

കാലത്ത് കിളികളുടെ ശബ്ദം കേട്ടുണരാം. മൈക്രോവേവും ടോസ്റ്ററും ഓവനും ഇല്ലാതെ തീ നാളത്തിനു മുകളിൽ പഴയ മട്ടിൽ ഭക്ഷണം പാചകം ചെയ്യണം. ബാർബിക്ക്യൂവെന്നപേരിൽ മാംസവും പച്ചക്കറികളും ചുട്ടെടുത്തു കഴിക്കാം. കാട്ടിലൂടെ ദീർഘമായ നടത്തത്തിനു പോകാം. കാനഡക്കാർക്കു പൊതുവെ വെള്ളത്തിനടുത്ത് അവധിക്കാലം ചില വാക്കാനാണിഷ്ടം. നീന്താം, ചെറുതോണികളിൽ ഉല്ലാസയാത്രയ്ക്കു പോകാം, ചൂണ്ടയിടാം. അത്തരം ജലരസങ്ങളിൽ മുങ്ങാൻ കുട്ടികൾക്കും ഇഷ്ടമാണ്. അതുകൊണ്ടുതന്നെ ഒന്റേറിയോയിലേക്കു പടർന്നുകിടക്കുന്ന മഹത് പഞ്ചതടാകങ്ങൾക്കു ചുറ്റുമായാണ് ക്യാമ്പിങ്ങ് സൗകര്യങ്ങൾ കൂടുതലുള്ളത്.

ഐക്യനാടുകൾക്കും കാനഡയ്ക്കും മധ്യത്തിലായി പരസ്പരം ബന്ധപ്പെട്ടു കിടക്കുന്ന അഞ്ചു തടാകങ്ങളാണ് ലോകത്തിലേറ്റവും വലിയ ശുദ്ധജലശേഖരം. ഈ പഞ്ചതടാകങ്ങളിൽ നാലെണ്ണത്തിന്റേയും അതിർത്തികൾ ഒന്റേറിയോ സംസ്ഥാനത്തിലേക്കു പടരുന്നുണ്ട്. ഇതിൽ ഏറ്റവും വലിയ സുപ്പീരിയർ തടാകത്തിന്റെ തീരം 2800 മൈലുകളിലായി വിസ്തരിച്ചുകിടക്കുന്നു. ഈ തടാകത്തിനു ചുറ്റും പൊതുവെ ആൾപ്പാർപ്പും കൃഷിയും കുറവാണ്. കാലാവസ്ഥയുടെ കാഠിന്യവും പശിമയുള്ള മണ്ണുമാണ് കാരണം. ഇതിനു ചുറ്റുമായി ഇടതൂർന്ന വനങ്ങളുണ്ട്.

മണ്ണൊലിപ്പും, കൃഷിയിടങ്ങളിൽ നിന്നൊഴുകിയെത്തുന്ന രാസവസ്തുക്കളും വ്യവസായ ശാലകൾ പുറന്തള്ളുന്ന മാരകമാലിന്യങ്ങളും ഈ തടാകങ്ങളിൽനിന്നും ശുദ്ധമെന്ന പദത്തെ അടർത്തി മാറ്റിയിരിക്കുന്നു. ആവും വിധത്തിലൊക്കെ ഇതു പരിഹരിക്കുവാനായി കാനഡയിലേയും ഐക്യനാടുകളിലേയും പരിസരസംരക്ഷണ വിഭാഗങ്ങൾ ഒന്നുചേർന്ന് പ്രവർത്തിക്കുന്നുണ്ടിപ്പോൾ.

മഹത് പഞ്ചതടാകങ്ങളിലെ ഈറി തടാകത്തെ ഒന്റേറിയോ തടാകത്തോടു യോജിപ്പിക്കുന്ന മുപ്പത്തിയഞ്ച് മൈൽ ദൈർഘ്യമുള്ള നയാഗ്ര നദിയാണ് ലോകാത്ഭുതമായ വെള്ളച്ചാട്ടത്തെ വഹിക്കുന്നത്. ഏകദേശം അൻപതിനായിരത്തിനും ഒരു ലക്ഷത്തിനുമിടയ്ക്ക് ചതുരശ്ര അടി വെള്ളമാണ് ഒരു സെക്കന്റിൽ നയാഗ്ര വെള്ളച്ചാട്ടത്തിൽ നിപതിക്കുന്നത്. വെള്ളച്ചാട്ടത്തെ ഒഴിവാക്കി ഈ രണ്ടു തടാകങ്ങളേയും യോജിപ്പിക്കുന്ന മനുഷ്യനിർമ്മിതമായ വെല്ലണ്ട് കനാലിലൂടെ ജലഗതാഗതം സാധ്യമാക്കിയിട്ടുണ്ട്. മറ്റു തടാകങ്ങളിൽ നിന്നുമൊഴുകി ഒന്റേറിയോ തടാകത്തിലെത്തുന്ന വെള്ളത്തെ സെന്റ് ലോറൻസ് നദി ആയിരം മൈൽ അകലെയുള്ള അറ്റ്ലാന്റിക് സമുദ്രത്തിലെത്തിക്കും.

ക്യാമ്പിങ്ങിനേക്കാൾ ഒരു പടികൂടി പരിഷ്കൃതമായ കോട്ടേജു വാസവും മനശ്ശാന്തിക്കുപകരിക്കും. ഇവയും നഗരത്തിൽനിന്നും ദൂരെ മാറി, മിക്കവാറും കാടിനും തടാകത്തിനുമടുത്തായി പണിതിട്ടുള്ള ചെറു വീടുകളാണ്. പല വലിപ്പത്തിലും സൗകര്യത്തിലുമുള്ളവ ആഴ്ച ക്കണക്കിൽ വാടകക്കെടുക്കാം. പാത്രങ്ങളുൾപ്പെടെ അത്യാവശ്യം വീട്ടു സാമഗ്രികളുള്ള ഈ വീടുകളിലേക്കുള്ള യാത്രയിൽ പാകംചെയ്യാനാ വശ്യമുള്ള പലചരക്കു സാധനങ്ങൾ കിടക്കവിരികൾ തുടങ്ങിയവ കരുതിയാൽ മതിയാവും.

ഇത്തരം ഒളിച്ചുപാർക്കലുകൾ കുറച്ചു കുടുംബങ്ങൾ ഒന്നിച്ചു കൂടിചെയ്യുന്നതാണ് രസം. കുട്ടികൾക്കും വലിയവർക്കും സുഹൃത്തു ക്കളോടൊപ്പം രാവും പകലും പങ്കിടാം. വീടിനുപുറത്തു തീ കൂട്ടി രാവേറെയെത്തുന്നതുവരെ അതിനു ചുറ്റുമിരുന്ന് തമാശയും പഴങ്കഥകളും പറയുന്നതും പരസ്പരം പരിഹസിക്കുന്നതും മനസ്സിനെ തണുപ്പിക്കാൻ പറ്റിയ ചികിത്സയാണ്. പാചകം ഒന്നിച്ചാവുമ്പോൾ അതു പണിയേ ക്കാൾ രസമായി മാറുന്നു.

കുട്ടികൾക്ക് സമവയസ്ക്കരോടൊപ്പം കളിക്കാം, കഥയും കാര്യവും പറയാം. ഞാനും എന്റെ മുറിയും എന്ന അണുവ്യവസ്ഥയിൽനിന്നും സുഖസൗകര്യങ്ങളുടെ പരിമിതി പങ്കിടുന്നതിന്റെ രസവും രസക്കേടും രുചിച്ചറിയാനൊരു അവസരവും അവർക്കു കിട്ടുന്നു. കൂട്ടുകുടുംബ ജീവിതത്തിന്റെ നല്ല വശങ്ങൾ മാത്രമുള്ള ഇത്തരം കാന്താരവാസങ്ങൾ മനസ്സിനേയും ആത്മാവിനേയും ശുദ്ധീകരിക്കുകയും നവീകരിക്കുകയും ചെയ്യും. ഒരാഴ്ചത്തെ അച്ചടക്കമില്ലാത്ത ദിനചര്യകൾക്കും നിയന്ത്രണ മില്ലാത്ത കളിസമയങ്ങൾക്കും മുറുകപ്പെട്ട സൗഹൃദങ്ങൾക്കും ശേഷം നഗരത്തിലേക്കുള്ള മടക്കത്തിൽ അടുത്ത വർഷത്തെ യാത്രയിൽ എന്തൊക്കെ ചെയ്യണമെന്ന് അവർ കണക്കു കൂട്ടുന്നതു കേൾക്കാം.

വെയിലും ചൂടും ചിലപ്പോൾ കഠിനമാവും. മുപ്പത്തഞ്ച് ഡിഗ്രിയിൽ അടയാളപ്പെടുത്തുന്ന കാലാവസ്ഥക്ക് പുഴുക്കം കൂടിയുണ്ടെങ്കിൽ നാല്പത് ഡിഗ്രിയിലധികമായി അനുഭവപ്പെടാം. അപ്പോഴാണ് സഹ പ്രവർത്തകൻ പരിഹാസത്തോടെ പറഞ്ഞത്.

-നിന്റെ നാട്ടിലേതുപോലുള്ള ചൂടാണു പുറത്ത്.

കേരള.കോം-ൽ പോയി കേരളത്തിലെ ഉയർന്ന താപനിലയും കുറഞ്ഞ താപനിലയും കാണിച്ചുകൊടുത്തപ്പോൾ സായ്വിന് അത്ഭുതം. ഇരുപത്തൊന്നു മുതൽ മുപ്പത്തിരണ്ടു ഡിഗ്രിവരെ വർഷം മുഴുവൻ.

-ഇത്രയും നല്ല പ്രദേശത്തുനിന്നും നീയെന്തിന് ഇങ്ങോട്ടുവന്നു?

കരളിലേക്കാണല്ലോ കത്തിയാഴ്ത്തുന്നത് എന്നറിഞ്ഞുകൊണ്ട് തർക്കുത്തരം പറഞ്ഞു.

-കഴിഞ്ഞ ജന്മത്തിലെ പാപങ്ങൾ തീർക്കാൻ തന്റെ കൂടെ കുറേ വർഷം ജോലിചെയ്യണമെന്ന ശിക്ഷയാണ് ലൂസിഫർ എനിക്കു വിധിച്ചത്.

ഓഗസ്റ്റ് പാതിയെത്തുന്നതോടെ സ്കൂളിലേക്കുള്ള മടക്കം ഒരു യാഥാർത്ഥ്യമായി കൺമുന്നിലെത്തുന്നു. പെൻസിലും പേപ്പറും കമ്പ്യൂട്ടറും തുടങ്ങി കോളേജു പരിസരത്തേക്കു മാറിത്താമസിക്കേണ്ടവർക്കു വേണ്ടിയുള്ള വീട്ടുപകരണങ്ങളുടെവരെ പരസ്യം ഒഴിവാക്കാനാവാത്ത വിധത്തിൽ മാധ്യമങ്ങളിൽ നിറഞ്ഞൊഴുകും.

മാസം തീരാറാവുമ്പോഴേക്കും മനസ്സു കനപ്പെടാൻ തുടങ്ങും. റോഡിൽ വാഹനത്തിരക്ക് അധികമാകും. ചിലപ്പോൾ പ്രഭാതങ്ങൾക്ക് കേരളത്തിലെ ഡിസംബർ തണുപ്പിനെ ഓർമ്മിപ്പിക്കുന്ന ഇളംതണുപ്പായിരിക്കും. വരാൻ പോകുന്ന ദുരിതദിനങ്ങളുടെ മുന്നറിയിപ്പുപോലെ മുറ്റത്തെ മേപ്പിൾമരത്തിന്റെ ഒരിലയ്ക്ക് ചുവപ്പുനിറം. ചൂട്, അവധി, നീണ്ട പകലുകൾ.... ആഹ്ലാദങ്ങൾ പതുക്കെ പതുക്കെ ഇല്ലാതാവുകയാണ്. പച്ചയിൽ കൊഴുത്ത പറമ്പുകൾ മുഴുവനും മഞ്ഞുമൂടുന്നതോർക്കുമ്പോൾ മനസ്താപം പെരുകും.

പത്തുവർഷമെത്തുമ്പോൾ വീടു മാറുക എന്ന മലയാളി രോഗബാധ കാരണം കഴിഞ്ഞ വർഷങ്ങളിലെ അത്തപ്പൂക്കളം പഴയതുപോലെ ജോറായില്ല. ആദ്യം അപ്പാർട്ടുമെന്റെന്ന ചെറിയ കൂട്. മധുവിധുവിന്റെ ഊഷ്മളതയും ആദ്യത്തെ ഉണ്ണിയുടെ പിറവിയുമൊക്കെയായി ഒരുപാടു നല്ലോർമ്മകളാണ് ആ കൊച്ചു മുറികൾക്കുള്ളിൽ. പിന്നെ വാടക കൊടുക്കുന്നത് നഷ്ടമാണെന്നും ഉണ്ണികൾ ഓടിച്ചാടി നടക്കുമ്പോൾ താഴത്തെ നിലയിലുള്ളവർ ശകാരിക്കുമെന്നുമൊക്കെയുള്ള കാരണം പറഞ്ഞ് ഒരു ചെറിയ വീടു വാങ്ങും. വാങ്ങിക്കഴിയുമ്പോൾ അതിൽ സ്ഥലം അധികം. മുറികളെല്ലാം പുതിയ സാധനങ്ങൾകൊണ്ട് നിറയ്ക്കാൻ പറ്റാത്തതിൽ കാലിയായ കീശ വ്യസനിക്കും.

പത്തുവർഷം കഴിയുമ്പോഴേക്കും ആവശ്യത്തിലധികം സാധനങ്ങൾകൊണ്ട് കുമാരീകുമാരന്മാർക്കു സ്ഥലം പോരെന്നു തോന്നും. അവർ ഉണ്ണികളല്ലല്ലോ. അടുത്ത വീടിനെക്കുറിച്ച് വ്യക്തമായ ധാരണകളുണ്ട്, ആദ്യത്തേതുപോലെ കടത്തിന്റെ വലിപ്പം കണ്ടുപേടിച്ച്

'എന്തെങ്കിലുമൊന്ന്' എന്നല്ല. ഇപ്പോൾ കടമൊക്കെ ശീലമായിരിക്കുന്നു. അനാവശ്യ സാധനങ്ങൾ മറച്ചുവയ്ക്കാൻ ഭിത്തി നിറയെ അലമാരികൾ (ഒരു സാധനവും കളയുന്നതിൽ ഞങ്ങൾ വിശ്വസിക്കുന്നില്ല), ആൾക്ക് ഒന്നുവീതം കുളിമുറി, പൂരപ്പറമ്പോളം വലിയ അടുക്കള, പിന്നെ മോളിയുടേതുപോലുള്ള റൈറ്റ്സ്, സെലിന്റേതുപോലുള്ള കോണി, അനുവിന്റേതുപോലുള്ള പോർച്ച്, ആൻസിയുടേതുപോലുള്ള കാർപ്പെറ്റ്....

അങ്ങനെ പത്തുവർഷം താമസിച്ചിരുന്ന വീട്ടിൽനിന്നും പുതിയൊരു വീട്ടിലേക്കു മാറിയതോടെ പൂക്കൾക്ക് ദാരിദ്ര്യമായി. ചുറ്റും കല്ലും പണിയായുധങ്ങളും കുണ്ടും കുഴിയും ചെളിയുമേയുള്ളൂ. ചെടികൾ വച്ചുപിടിപ്പിച്ചിട്ടില്ല. എന്നാലും അത്തപ്പൂക്കളമില്ലാതെ ഓണം വരുന്നതെങ്ങനെയാണ്?

പുതിയ വീടിനടുത്തായി ചെറുതടാകങ്ങളുണ്ട്. മുകളിലൂടെ അലസഗമനം ചെയ്തിരുന്ന മേഘങ്ങൾ വീണുകിടക്കുന്ന തടാകത്തിന് "റോസ്മേരിസരസെ"*ന്നാണു പേരിട്ടിരിക്കുന്നത്. അവയെച്ചുറ്റി നടവഴിയും പുല്ലും ചെടികളും കാട്ടുപൂക്കളുമുണ്ട്. വഴിയിൽ കാണുന്ന പൂക്കൾ പറിച്ചെടുക്കുക എന്നൊരു ശീലം ഈ നാട്ടിലാർക്കുമില്ല. സ്വന്തം സ്ഥലത്തേതല്ലാത്ത പൂക്കൾ പറിക്കുന്നത് നിയമത്തിനെതിരുമാണ്. അതുകൊണ്ട് പൂക്കൂടയുമായി നടന്ന് പൂ പറിക്കാൻ മടിതോന്നി.

പുറത്തുപോയി പൂ പറിക്കുക എന്നതിന് ഉണ്ണിയും കുഞ്ഞുണ്ണിയും വഴങ്ങിയതുമില്ല. വീട്ടുമുറ്റത്തെ പൂക്കൾ പറിക്കാം, ഉഷാർ! പക്ഷേ, പുറത്തുപോയി പൂ പറിക്കുക എന്നതിനോട് അമ്പേ എതിര്! ഒടുക്കം ഒരു ബ്രൗൺ പേപ്പർ ബാഗുമായി പൂവേട്ടക്ക് തനിയെ ഇറങ്ങി പുറപ്പെട്ടു. ബ്ലാക്ക് ഐഡ് സൂസൻ എന്ന സുന്ദരിപ്പൂവിനെ വിട്ടുതരാൻ അമ്മച്ചെടിക്കിഷ്ടമല്ല. ശക്തിയോടെ വലിച്ചിട്ടും കൂടെ വരാൻ കരിങ്കണ്ണി ശോശക്കു മടി! പക്ഷേ, പേരറിയാത്ത കാട്ടുപൂക്കളിൽ പലതും ചാഞ്ഞും ചരിഞ്ഞും നിന്ന് ചങ്ങമ്പുഴക്കവിതയിലെ ചന്ദ്രിക ചമഞ്ഞു.

–ഞാനും വരട്ടെയോ നിന്റെ കൂടെ?

കുഞ്ഞിച്ചിരിയുമായി മഞ്ഞപ്പൂവു ചോദിച്ചു.

–എനിക്ക് മുക്കുറ്റിയുടെ കട്ടില്ലേ?

തൊട്ടാവാടിപ്പൂവിന്റെ ഛായയുള്ള പൂവിനല്പം ദാർശനികത.

---

* കവയിത്രി റോസ്മേരിയുടെ കവിതകളും പാറകൾക്കു നടുവിലെ തടാകത്തെപ്പറ്റിയുള്ള കുറിപ്പുകളുമാണ് ഈ പേരിനാധാരം.

-ശുദ്ധരക്തം വേണമെന്നെന്താ ശാഠ്യം? പൂക്കളൊക്കെ പൂക്കൾ തന്നെ. നാടു മാറുമ്പോ ഛായ മാറീന്നിരിക്കും.

മലർമൊഴികൾ കേട്ടിട്ടും എന്തുകൊണ്ടോ ഒരു മോഷണവികാരം വന്നു പൊതിഞ്ഞു. കള്ളപ്പറയും ചെറുനാഴിയും പോയിട്ട് കള്ള ത്തരങ്ങൾ ഒന്നുംതന്നെയില്ലാതിരുന്ന ഒരു രാജ്യത്തെ അധിപനിരി ക്കാൻ വേണ്ടിയാണല്ലോ ഈ പരാക്രമം എന്നോർത്തപ്പോൾ നാണ ക്കേടു തോന്നി. ഇക്കാര്യം അദ്ദേഹമറിഞ്ഞാൽ ഈ വരവിന് പാതാള ത്തിലേക്ക് കൂടെക്കൂട്ടിക്കൊണ്ടുപോകുമെന്നുറപ്പാണ്. അതുകൊണ്ട് പൂപ റിക്കൽ മതിയാക്കി പാതി നിറഞ്ഞ ബാഗുമായി വീട്ടിലേക്കു നടന്നു. ഉള്ളതുകൊണ്ട് ഓണംപോലെന്ന പഴഞ്ചൊല്ല് അക്ഷരാർത്ഥത്തിൽ പാലിച്ച് ചന്തവും വലിപ്പവും കുറഞ്ഞൊരു പൂക്കളും വേഗത്തിൽ തയ്യാ റാക്കി.

-ഈസ് ദിസ് ബിഗ് ഇനഫ് ഫോർ ദാറ്റ് ഗൈ റ്റു സിറ്റ്?

കുഞ്ഞുണ്ണിച്ചോദ്യം മനസ്സിലാവാൻ കുറച്ചു സമയമെടുത്തു. മല യാളവും അത്തപ്പൂവിടാനുള്ള ഉത്സാഹവും വളരുന്തോറും കുറഞ്ഞു വരികയാണ്. പലതവണ വിശദീകരിച്ചുകഴിഞ്ഞപ്പോഴാണ് മഹാബലി യാണ് 'ദാറ്റ് ഗൈ' എന്നു മനസ്സിലായത്.

ഡയറ്റു നോക്കാതെ ഓടിനടന്ന് ഓണസദ്യയുണ്ട് കുടവയറനായ മഹാബലിയെങ്ങനെയാണ് ഈ നാലുവരിപ്പൂക്കളത്തിലിരിക്കുന്നത്? ചോദ്യം ന്യായംതന്നെ. അഞ്ചുപൂക്കളം അടുപ്പിച്ചിടണമെന്നായി കുഞ്ഞുണ്ണിയുടെ അടുത്ത ആവശ്യം. അതെന്തിനാണെന്നു ചോദിച്ച പ്പോൾ മഹാബലിക്കും കൂടെ വരുന്നവർക്കും(?) സൗകര്യമായിട്ടിരി ക്കാനാണെന്ന് തികഞ്ഞ ആത്മാർത്ഥതയോടെ ഉത്തരവും വന്നു. മലയാളി സമാജത്തിലെത്തുന്ന മഹാബലിക്ക് അനുചാരികൾ പലരുണ്ടല്ലോ.

പുതിയ സ്റ്റൈലിലുള്ള ലതർ സോഫയിലിരിക്കാനുള്ള സുഖം പരിഗണിച്ച് ഇനി ലതറുകൊണ്ട് അത്തം ഇടണമെന്നൊരാവശ്യം പറ യുമൊ എന്നൊരു പേടി തോന്നി. ഭാവന ഈ നിരക്കിൽ കാടു കയറി യാൽ ഒടുക്കം പൂക്കളം ഫർണിച്ചറു കടയുടെ പരസ്യംപോലെ ആയി പ്പോകാനുള്ള സാധ്യതയും കാണുന്നു.

പത്ത്

# ഗൃഹാതുരത്വത്തിന്റെ ജനൽക്കാഴ്ചകൾ

**സെ**പ്തംബറിലെ ആദ്യത്തെ തിങ്കളാഴ്ചയാണ് ലേബർ ഡേ എന്ന റിയപ്പെടുന്ന തൊഴിൽദിനം. അന്ന് കടകളടക്കമുള്ള എല്ലാ സ്ഥാപന ങ്ങൾക്കും പൊതു ഒഴിവാണ്. 1880 മുതൽ ഇവിടെ തൊഴിൽദിനം ആചരി ക്കുന്നതായി ചരിത്രം പറയുന്നു. തൊഴിലാളി സംഘടനകളും എല്ലാ വിധത്തിലുമുള്ള സംഘടനാ പ്രവർത്തനങ്ങളും നിയമംമൂലം നിരോധി ച്ചിരുന്ന കാനഡയിൽ 1872 ഏപ്രിൽ 15ന് ടൊറന്റോ ട്രേഡ് അസംബ്ലി ആദ്യമായി 'തൊഴിലാളികളുടെ പ്രകടനം' നടത്തി. റിബ്ബൺ കൊണ്ട ലങ്കരിച്ച് ബാൻഡുകളുടെ അകമ്പടിയോടെ നടത്തിയ പ്രകടനം കാണു വാനും പ്രസംഗങ്ങൾ കേൾക്കുവാനും പതിനായിരത്തിലേറെ ആളുകൾ തടിച്ചുകൂടിയത് സർക്കാരിനെ നടുക്കി. ഒടുവിൽ നിയമസഭയ്ക്ക് തൊഴിൽസംഘടനകളെ നിരോധിക്കുന്ന നിയമങ്ങൾ തിരുത്തിയെഴു തേണ്ടിവന്നു. 1894 ജൂലൈ 23നാണ് സെപ്തംബറിലെ ആദ്യത്തെ തിങ്കളാഴ്ച തൊഴിൽദിനമായി കൊണ്ടാടാമെന്നു പ്രഖ്യാപിച്ചത്. പീറ്റർ ജെ. മക്ഗ്വയറാണ് ഉത്തരയമേരിക്കയിലെ തൊഴിൽദിനത്തിന്റെ പിതാ വായി കരുതപ്പെടുന്നത്.

ഇതു വേനൽക്കാലത്തിന്റെ അന്ത്യം കുറിക്കുന്ന വാരാന്തമായി കണക്കാക്കുന്നതുകൊണ്ട് ലേബർ-ഡേ കഴിഞ്ഞാൽ വെളുത്ത പാദ രക്ഷകൾ ധരിക്കുന്നതു മാന്യമല്ലെന്നൊരു പാരമ്പര്യമുണ്ടിവിടെ. പക്ഷേ, അതൊന്നും ഇപ്പോഴാരും കൃത്യമായി പാലിക്കാറില്ല.

രണ്ടുമാസത്തിലേറെയായുള്ള മധ്യവേനലവധി കഴിഞ്ഞ് ലേബർ -ഡേക്കു പിറ്റേന്നാണ് ഹമിൽട്ടണിൽ സ്കൂൾ തുറക്കുന്നത്. നേരത്തെ ഉണരണം, ലഞ്ച്, യൂണിഫോം, ഗൃഹപാഠം, തണുപ്പ്, ഇരുട്ട് ഇഷ്ട മില്ലാത്തവയുമായി പൊരുത്തപ്പെട്ടു തുടങ്ങണം. കുട്ടികൾക്കും മുതിർന്ന വർക്കും ആകപ്പാടെ ആകുലതയുടെ കാലമാണിത്.

അധ്യയനവർഷം തുടങ്ങുന്ന ചൊവ്വാഴ്ച സ്കൂൾ പരിസരത്ത് വാഹനങ്ങളുടെ പ്രളയമായിരിക്കും. ആദ്യമായി സ്കൂളിൽ പോകുന്ന ഓമനകളോടൊപ്പം അച്ഛനുമമ്മയും ഇളയ സഹോദരങ്ങളുമൊക്കെ കണ്ടെന്നുവരും. ആദ്യദിവസത്തിന്റെ സൗന്ദര്യം ഒപ്പിയെടുക്കുവാൻ അവരുടെ കൈയിൽ ക്യാമറകളുമുണ്ടാവും.

സ്കൂൾവിട്ടു വരുമ്പോൾ വാതിൽ കടന്നെത്തുന്നതിനുമുമ്പേ കുട്ടപ്പടി വിശേഷങ്ങളുണ്ടാവും ഉണ്ണികൾക്കു പറയാൻ. നിക്കോളിന്റെ ജൂസു തട്ടി മറിഞ്ഞത്, ടെയ്‌ലർ ക്ലാസ്സിൽ കളിപ്പാട്ടം കൊണ്ടുവന്നതിന് ടീച്ചർ വഴക്കു പറഞ്ഞത്, സ്കൂളിനു പിന്നിലെ വീട്ടിൽ പട്ടിയെ വാങ്ങിയത്, പട്ടിയെ കാണാൻപോയ കുട്ടികളെ പ്രിൻസിപ്പൾ ഓഫീസിൽ വിളിപ്പിച്ചത്, തെരേസമേരിയുടെ അമ്മ ആശുപത്രിയിൽ പോയത്.

-അയ്യോ പാവം, എന്തുപറ്റി തെരേസയുടെ അമ്മയ്ക്ക്?

-അറിയില്ല, ഞാൻ റ്റുമാറോ ചോദിക്കാം.

-അതുവേണ്ട, ആ കുട്ടിക്കു സങ്കടം വന്നാലൊ?

പിറ്റേന്നു വീടെത്തി ഷൂസൂരുന്നതിനു മുമ്പേ കുഞ്ഞുണ്ണി വിശേഷം പറയുവാൻ തുടങ്ങി.

-തെരേസമേരിക്കൊരു ബ്രദർ ഉണ്ടായി. ഇന്നതുകൊണ്ട് ഞങ്ങൾക്കെല്ലാം ക്യാൻഡി കിട്ടി.

സഹതാപം കള്ളച്ചിരിയായി മാറുന്നു. ഊണു മേശക്കടിയിലൂടെ പാഞ്ഞുപോയ കുട്ടികളാണിന്ന് മേശക്കരികിൽ കാലാട്ടിയിരുന്ന് വിശേഷം പറയുന്നത്. ഉണ്ണിപ്പാദങ്ങൾ ചെറുകാലടികളായിരിക്കുന്നു.

ടീച്ചർ ഒരു ദിവസം അവധിയെടുക്കുമ്പോൾ കുട്ടികളോടു കാരണം നേരത്തെ പറയും.

-മിസ് കായലി ഇന്നു വന്നില്ല. മിസ്. കായലിയുടെ ഗ്രാൻഡ് മദറിനു സുഖമില്ല.

അടുത്ത ദിവസത്തെ വിശേഷം മിസ്. കായലിയുടെ ഗ്രാൻഡ്-മദർ മരിച്ചുപോയി എന്നായിരുന്നു.

അധ്യാപകരോട് ബഹുമാനപ്രകടനവും അവർക്കു മുന്നിൽ അതിവിനയവുമൊന്നും ഇവിടെയില്ല. കടുനിയമങ്ങൾ കൊണ്ടു വരച്ച കളങ്ങളിൽ കിടന്നു ശ്വാസംമുട്ടിയ സ്കൂൾകാലമോർക്കുമ്പോൾ അത്ഭുതം തോന്നുന്നു.

സെപ്തംബർ ആകുമ്പോഴേക്കും പുറത്തെ കൃഷികളുടെ വിള വെടുപ്പു പൂർത്തിയാക്കാറാവും. ഇവിടെയടുത്തു താമസിക്കുന്ന ത്രേസ്യാമ്മ ചേച്ചിയുടെ പച്ചക്കറിത്തോട്ടത്തിൽ പടവലങ്ങ, പാവക്ക, തക്കാളി, പയറ്, വെണ്ടക്ക, വെള്ളരി, പലതരം മുളകുകൾ എന്നിങ്ങനെ നാടൻ പച്ചക്കറികൾ വിളഞ്ഞുനില്ക്കും. ഈ അപൂർവ്വ വിളവുകളുടെ സമൃദ്ധികണ്ട് അന്തിച്ചുപോയ സായ്വന്മാർ ത്രേസ്യാമ്മചേച്ചിയേയും പോളുചേട്ടനേയും പച്ചക്കറിതോട്ടത്തിന്റെ മുമ്പിൽ പിടിച്ചുനിർത്തി പട മെടുത്തു മത്തങ്ങ വലിപ്പത്തിലുള്ള പത്രവാർത്തയാക്കി. അന്ന് ഓഫീ സിൽവച്ച് പത്രം നിവർത്തിപ്പിടിച്ചു വായിച്ച് ദേ, ഇവരൊക്കെ സ്വന്തം ആൾക്കാരാണെന്ന് ഉച്ചത്തിൽ അഭിമാനിക്കാൻ പ്രത്യേകം ശ്രദ്ധിച്ചു.

പഴയ വീടിന് പിൻവാതിലില്ലായിരുന്നു. അടുക്കളയിൽനിന്നും നേരെ പുറത്തേക്കു കടക്കാൻ മാർഗ്ഗമില്ല. മുൻവാതിലിൽക്കൂടി മാത്രമേ അക ത്തേക്കും പുറത്തേക്കുമിറങ്ങാൻ കഴിയൂ. വല്ലാത്തൊരു വിമ്മിട്ടമായി രുന്നു ആ വീട്ടിൽ. അടുക്കള ജനലിലൂടെ നോക്കിയാൽ പട്രീഷയുടെ ഊണുമുറിയും അടുക്കളയും വ്യക്തമായി കാണാം. വീടുകൾ തമ്മിൽ കഷ്ടിച്ച് എട്ടടി അകലമേയുള്ളൂ. ഊണുമുറിയുടെ ജനലിനു നേരെ യാണ് മക്മില്ലൻ കുടുംബത്തിന്റെ വീടിന്റെ പിൻവശം. അവരുടെ കിടപ്പു മുറി ജനലകളും നീന്തൽക്കുളവും കണ്ണിനുനേരെ. ഏഷ്യക്കാർ തുറിച്ചു നോട്ടക്കാരാണെന്ന് പൊതുവേയുള്ള പരാതിയാണ്. അതു വേണ്ടെന്നു കരുതി ജനലടച്ച് കർട്ടൻ വലിച്ചിടും.

മുൻവരാന്തയിലിരുന്നാൽ എതിർവശത്തെ വീട്ടിലെ ലോറിയേയും ആനയേയും കാണാം. സത്യമായും ആനിയും ആനും അന്നയുമല്ലാതെ ആന എന്നുവിളിക്കപ്പെടുന്ന അയൽക്കാരി, ഇവർക്ക് "ആന" വലിപ്പം ഇല്ലെങ്കിലും അല്പം തടിച്ച ശരീരം വൃത്താകാരമായി തോന്നും, കൈകാലുകൾക്കാണെങ്കിൽ അതിനൊത്ത വണ്ണവുമില്ല. അതുകൊണ്ട് ഈ വീട്ടിലെ കാരണവർ അവർക്ക് "കാൽഫോർണിയ റെയ്സൻ" എന്നോമനപ്പേരാണു നല്കിയിരുന്നതെന്നൊരു രഹസ്യം. ലോറി എന്നത് ഭർത്താവിന്റെ പേര്. അതുകൊണ്ട് മുറികളിൽനിന്നും മുറി കളിലേക്കു ചുറ്റിക്കറങ്ങി പുറംലോകം കാണാൻ നിവൃത്തിയില്ലാതെ ശ്വാസംമുട്ടിയിരുന്ന ജീവിതം.

പുതിയ വീടിനു പിന്നിൽ പുറത്തേക്കു തുറക്കുന്ന ചില്ലുവാതിലുണ്ട്. അതിനെ സ്വീകരിക്കുന്ന ഡെക്ക് എന്ന വരാന്തയുമുണ്ട്. ചൂടുകാലത്ത് ഈ തിണ്ണയിലെ ഊഞ്ഞാൽ സോഫയിലിരുന്ന് നാരങ്ങവെള്ളം

(ലഹരി പകരുന്ന ഹാർഡ്-ലെമണേഡുമാവാം) കുടിച്ചുകൊണ്ട് ആവോളം പുറങ്കാറ്റുകൊള്ളാം. അയൽക്കാരന്റെ വീട്ടിലേക്ക് ഒളിഞ്ഞു നോക്കുന്നുവെന്ന ആരോപണം പേടിക്കേണ്ട. പരോളിൽ പുറത്തിറങ്ങിയ സന്തോഷത്തിൽ തെച്ചിയും കൃഷ്ണവർണം പടർന്ന ഇലയിളക്കി തുളസിയും തൊട്ടടുത്തുണ്ടാവും. ചൂടുള്ള രാത്രി മാനത്തേക്കു നോക്കി കിടന്നുകൊണ്ട് പന്ത്രണ്ടു മണിക്കൂർ മുമ്പ് കണ്ട കേരളത്തിലെ എല്ലാവർക്കും സുഖമല്ലേന്നു നക്ഷത്രങ്ങളോടു കുശലം ചോദിച്ചു രസിക്കാം.

ശരത് ഋതു തുടങ്ങുന്നത് സെപ്തംബർ 23നാണ്. ഇനി അപൂർവ്വം ദിവസങ്ങളെ പിൻവരാന്തയിലിരിക്കാൻ പറ്റൂ. പകൽ ചൂടുവന്നാലും അസ്തമയത്തോടെ നേർത്ത തണുപ്പാവും. കാറ്റും വെയിലും സ്വപ്നം കണ്ട് ചെടികൾ വീട്ടുതടങ്കലിലേക്കു മടങ്ങും. ഏപ്രിലിൽ മാറ്റിവച്ച തണുപ്പുവസ്ത്രങ്ങൾ തിരികെയെടുക്കണം. വള്ളിച്ചെരുപ്പുകൾ ഷൂസിനും സോക്സിനും വഴിമാറിക്കൊടുക്കും.

ഇലകൾക്ക് നിറഭേദം വന്നുതുടങ്ങിയിരിക്കുന്നു. ശരത്തിൽ വേദന കൊണ്ടു തുടുത്തിട്ടാവാം ചുവപ്പ് മഞ്ഞ ഒക്കെയായി മരങ്ങൾ തീക്ഷ്ണനിറങ്ങളിൽ തിളങ്ങും. അണയാൻ പോകുന്ന ദീപത്തിന്റെ ആളിക്കത്തൽപോലെ. കത്തുന്ന നിറങ്ങൾക്കു ഭ്രാന്തുപിടിപ്പിക്കുന്നൊരു ഭംഗിയുണ്ടെന്നു തോന്നും. ടൊറന്റോയിൽനിന്നും ഏകദേശം 300 കിലോമീറ്റർ വടക്കോട്ടു മാറി, ഏഴായിരം കിലോമീറ്ററിലായി വിസ്തരിച്ചു കിടക്കുന്ന അൽഗ്വോക്കിൻ പാർക്കിലെ മരങ്ങൾക്ക് നൂറ്റാണ്ടുകൾ പഴക്കമുണ്ട്. ചിത്രമെഴുത്തുകാരുടെ പറുദീസയായ ഇവിടുത്തെ മരക്കൂട്ടത്തിന്റെ വർണഭേദങ്ങൾ ധാരാളം ചിത്രങ്ങൾക്ക് പശ്ചാത്തലമായിട്ടുണ്ട്.

ദേശാടനപക്ഷികൾ കൂട്ടത്തോടെ തെക്കോട്ടുപറക്കുന്നതു കാണാം. കൂടുതലായി കാണുന്നത് ലൂൺ എന്നറിയപ്പെടുന്ന ഒരുതരം കാട്ടുതാറാവാണ്. ഇവ കാനഡയുടെ പ്രതീകമാണ്. 1987ൽ ഒരു ഡോളർ നോട്ടു നിർത്തലാക്കി പകരം ലൂണിന്റെ പടമുള്ള നാണയം ഇറങ്ങി. ഇത് ലൂണി എന്ന പേരിലറിയപ്പെടുന്നു. പിന്നീടിറങ്ങിയ രണ്ടു ഡോളറിന്റെ നാണയത്തിൽ രണ്ടു താറാവുകളുടെ പടമാണ് മുദ്രണം ചെയ്തിരിക്കുന്നത്. അങ്ങനെ അത് രണ്ടു ലൂണികൾ കൂടിച്ചേർന്ന റ്റൂണിയായി.

തണുപ്പത്ത് പുറത്തേക്കിറങ്ങാൻ പറ്റില്ലെങ്കിലും വീട്ടിലുള്ളവരുറങ്ങിക്കഴിഞ്ഞാൽ പാതിരാത്രിയിൽ നല്ല ചൂടും എരിവുമുള്ള വെജിറ്റബിൾ സൂപ്പോ (അധികംവന്ന സാമ്പാർ ചൂടാക്കിയെടുത്തത്) കാപ്പിയോ

നുണഞ്ഞുകൊണ്ട് എത്രനേരം വേണമെങ്കിലും പുറത്തേക്കു നോക്കിയിരിക്കാം. അപ്പോഴാണ് വിടിനുപിന്നിലെ കുളത്തിൽനിന്നും ഓരോരുത്തരായി പൊങ്ങിവരാൻ തുടങ്ങുന്നത്.

ചന്ദ്രിക എന്ന പേരിന് നീളം കൂടിപ്പോയി, അതുകൊണ്ട് ചന്ദ്രമതി എന്നൊരു കള്ളച്ചിരിയുമായിട്ടൊരു ടീച്ചർ, നിങ്ങളുടെ വീടിന് നുണക്കുഴിയില്ലല്ലോ എന്നു പരിഹസിച്ച് ഗ്രേസി, കാഫ്രിച്ചികൾക്കൊന്നും ഉറങ്ങണ്ടേന്ന് കണ്ണുരുട്ടിക്കൊണ്ടൊരു സുൽത്താൻ, പ്രീഡിഗ്രി അത്ര മോശം ഡിഗ്രിയൊന്നുമല്ല എന്നാശ്വസിപ്പിച്ച് ശ്രീനിവാസൻ, സല്ലാപത്തിന് ഇങ്ങനേയുമൊരു പാഠഭേദമോ എന്നു ചോദിച്ച് പ്രിയ എ.എസ്... ഒരു താളിലെഴുതി തീർക്കാവുന്നതിലേറെ ആളുകൾ കൂട്ടത്തോടെ കയറിവരികയാണ്. കുസൃതി പറഞ്ഞു ചിരിപ്പിച്ച്, മുറുക്കിത്തുപ്പിക്കൊണ്ട്, ചിരിക്കാത്ത മുഖത്തോടെ കഥ പറഞ്ഞു കരയിപ്പിച്ച്, കവിതചൊല്ലി സത്യത്തെ വിരൽകൊണ്ടു തൊടുവിച്ച് ഉള്ളുപൊള്ളിച്ച് ഉണർത്തുകയാണ് ആൾക്കൂട്ടം. അടുക്കളയും ഊണുമുറിയും പരദേശികളെക്കൊണ്ട് കവിഞ്ഞൊഴുകും.

-ഭൂഖണ്ഡം വിട്ടുപോന്നാലും തൊയ്ര്യം തരില്ലേന്നൊരു ഗീതാഹിരണ്യൻ ചോദ്യം തൊടുത്താൽ 'ആവാഹിച്ചു വരുത്തിയതല്ലെ' എന്നൊരു മറുചോദ്യം ആയിരം ശബ്ദത്തിലാണ് തിരിച്ചടിക്കുന്നത്.

-ലൈറ്റ് ഓഫു ചെയ്യുമിപ്പോൾ

ഭീഷണിപ്പെടുത്തിയാൽ കൂട്ടച്ചിരിയാണുത്തരം. പാട്ടും പരിഹാസവും വിശേഷങ്ങൾ വിളമ്പലുമെല്ലാം കഴിഞ്ഞ്

"എന്തുനേടി അറിയില്ലെന്നിളം തലമുറ

എന്തു നഷ്ടപ്പെടുത്താനുണ്ടെന്നറിഞ്ഞേ പറ്റൂ"

എന്നൊരു മുത്തച്ഛൻ ശാസിക്കുമ്പോൾ 'ഉറക്കം നഷ്ടപ്പെട്ടു' എന്നൊരു വികടസരസ്വതി നാവിൽ വരും. പാതിര കഴിഞ്ഞ് അടുക്കളയിലൊരു അന്താരാഷ്ട്ര സമ്മേളനം നടന്നെന്നും അതിന്റെ ക്ഷീണത്തിലാണെന്നും പറഞ്ഞാൽ ഏമ്മാൻ സായ്‌വു വിശ്വസിക്കില്ല. എന്തിന് ലോകം മുഴുവനും അവിശ്വസിച്ചാലും കൂടെ നില്ക്കേണ്ട ഭർത്താവു പോലും പറയും.

-സത്യമായും ഇവിടെയാരും വന്നിട്ടില്ല. ഞാനാരെയും കണ്ടില്ല!

ഉറക്കംകെടുത്തികൾ ഭിത്തിക്കുള്ളിലിരുന്ന് വായപൊത്തിച്ചിരിക്കും. ഉറങ്ങാമെന്നുവച്ചാൽ ഇവർ അരൂപികളായി കിടപ്പുമുറിയിലേക്കു

കൂട്ടത്തോടെ എഴുന്നള്ളി കിടക്കയിലും നിലത്തും അലമാരപ്പുറത്തു മൊക്കെയായി നിരന്നിരുപ്പാകും. ഉറക്കത്തെ ശാഠ്യത്തോടെ വിളിച്ച് തിരിഞ്ഞും മറിഞ്ഞും കിടക്കുമ്പോൾ അവർ പരസ്പരം കിടപ്പിന്റെ ലക്ഷണം പറയാൻ തുടങ്ങും.

-മുട്ടുമടക്കി ചരിഞ്ഞു കിടക്കുന്നത്....

-കൈ തലയ്ക്കു പുറകിലായി വക്കുന്നത്....

ഒച്ചയെടുക്കാതെ നിവർത്തിയില്ലെന്നാകും ഒടുക്കം

-നിങ്ങളെന്താ ഫ്രോയിഡിന്റെ അനന്തരവരൊ? അനലൈസു ചെയ്യാതെ പോകുന്നുണ്ടോ!

ഉണരുമ്പോൾ മുതൽ ഉറക്കം വരെ, ചിലപ്പോൾ സ്വപ്നത്തിലും ഇക്കൂട്ടരൊക്കെയുള്ളതുകൊണ്ടല്ലെ ജീവിതം നിന്നുപോകാതെ ഉരുളുന്നത്? ഇവർക്കാർക്കും അറിയില്ല തണുപ്പിലുറഞ്ഞു പോകുമായിരുന്ന ഒരു ജീവിതത്തിന് എത്രയേറെ ചൂടും വെളിച്ചവും ജീവനുമാണ് ഇവർ നല്കുന്നതെന്ന്. പകരം നല്കുവാനൊന്നുമില്ലെന്നൊരു കുറ്റബോധം മാത്രം.

പതിനൊന്ന്

## വർണ്ണപ്പകിട്ടുള്ള ശരത്ക്കാലം

ആശ കെടുത്തിക്കളയുന്ന കാലമാണ് ശരത്. ഒക്ടോബർ തുടങ്ങുമ്പോഴുള്ള പച്ചപ്പ് മാസാവസാനമാകുന്നതോടെ കടുംനിറങ്ങളായി പിന്നെ കരിയിലക്കൂട്ടമായി പരിണമിക്കുന്നു. ഇല മൂടിക്കിടക്കുന്ന വൃക്ഷച്ചുവടുകൾ കരിയിലകൾ പറന്നുകളിക്കുന്ന നിരത്ത്. അസുഖകരമായ തണുപ്പ് യാഥാർത്ഥ്യമാകാൻ തുടങ്ങുന്നതും ഒക്ടോബറിലാണ്. ഇനി ചൂടും തളിരുമൊക്കെ വരണമെങ്കിൽ അഞ്ചുമാസം കാത്തിരിക്കണം. അതിനിടയ്ക്ക് നാടുമുഴുവൻ മഞ്ഞുമൂടും. അസ്ഥിക്കകംവരെ തുളച്ചുകയറുന്ന തണുപ്പ് മാസങ്ങളോളം കാണും.

പുറത്തെ പച്ചപ്പ് അസ്തമിച്ചുകൊണ്ടിരിക്കുകയാണ്. പച്ചയിൽ നിന്നും കടുത്ത ചുവപ്പും മഞ്ഞയും തവിട്ടുമായി മാറിയ ഇലകൾ കൊഴിഞ്ഞുകൊണ്ടേയിരിക്കുന്നു. മരത്തലപ്പത്ത് ഉള്ളതിലേറെ ഇലകൾ ഇപ്പോൾ നിലത്താണ്. ഇലകൾ കൂമ്പാരം കൂട്ടാനും അതിൽ ഒളിച്ചു കളിക്കാനും ചാടിരസിക്കാനും കുട്ടികൾക്കിഷ്ടമാണ്. ഇടയ്ക്കു വീശുന്ന തണുപ്പൻ കാറ്റിന് അവസാനത്തെ ഇലയും മരത്തിൽനിന്നും കൊഴിച്ചിടണം എന്നൊരു വാശിയുള്ളതുപോലെ തോന്നും. കാറ്റിനു കൂട്ടായി ഇടയ്ക്ക് തണുത്ത മഴയും പെയ്യും.

വീടിനു പിന്നിലെ നീന്തൽക്കുളങ്ങൾ അടച്ചിരിക്കുന്നു. ബോട്ടുള്ളവർ അതിനെ വൃത്തിയായി സൂക്ഷിപ്പു പുരയിലാക്കി. ഇതിനിടയിൽ ചില കത്തുന്ന പകലുകൾ മോഹിപ്പിച്ചുകൊണ്ടുവരും. നനവുള്ള തണുപ്പിനിടയ്ക്ക് ഇങ്ങനെ വീണുകിട്ടുന്ന ചൂടുദിവസങ്ങളെ 'ഇന്ത്യൻ സമ്മർ' എന്നു വിശേഷിപ്പിക്കാറുണ്ട്. ഇതിന്റെ ഉത്ഭവത്തെപ്പറ്റി വ്യക്തമായ കഥകളൊന്നുമില്ല. ഇവിടുത്തെ ആദിവാസികളായ അമേരിക്കനിന്ത്യക്കാരിൽനിന്നും കിട്ടിയ വിശേഷമാണെന്നു കരുതപ്പെടുന്നു.

കാലത്തിനനുസരിച്ച് വീടലങ്കരിക്കുന്നത് ഇവിടെയുള്ളവരുടെ ഇഷ്ട വിനോദമാണെന്നു പലപ്പോഴും തോന്നാറുണ്ട്. ശരത്തിനെ വരവേല്ക്കാനായി ഉണങ്ങിയ ചോളച്ചെടികളും കറ്റയും വീടിനു മുന്നിൽ അലങ്കാരമാക്കും.

ആപ്പിളുകൾ പറിക്കാൻ പാകമായി നില്ക്കുന്നു. മറ്റു പഴങ്ങളും പച്ചക്കറികളുംപോലെ ഉപഭോക്താവിനു നേരിട്ടു പറിച്ചെടുക്കാവുന്ന ആപ്പിൾതോട്ടങ്ങളുമുണ്ടിവിടെ. നമുക്ക് പലതരം മാങ്ങകളുള്ളതുപോലെ ഇവിടെ വിവിധതരം ആപ്പിളുകൾ കിട്ടും. ലോകത്തെമ്പാടുമായി ആയിരത്തിലേറെ വ്യത്യസ്തതരം ആപ്പിൾമരങ്ങളുണ്ടത്രെ. ചുവപ്പും മഞ്ഞയും നിറങ്ങളിൽ മധുരവും പുളിയും കറുമുറുപ്പും വ്യത്യസ്തമായവ. റെഡ് ഡെലീഷ്യസ്, ഗോൾഡൻ ഡെലീഷ്യസ്, എമ്പയർ, മക്കെൻന്റൊഷ്, ക്രിസ്പിൻ എന്നു വേണ്ട പട്ടിക നീണ്ടുപോവും. ഇവ ഒരു മാസത്തോളം ഫ്രിഡ്ജിൽ കേടുകൂടാതെയിരിക്കും. വെറുതെ തിന്നാൻ മാത്രമല്ല, പൈയും സോസും, ഡംബ്ലിങ്ങും, കോബളറും മറ്റുമായി രൂപാന്തരപ്പെടാനും സാലഡിൽ പ്രത്യക്ഷപ്പെടാനും ഇവയ്ക്കു കഴിയും. ഇവിടെയുള്ള സമർത്ഥരായ പാചകക്കാർ പലരും ആപ്പിളുകൊണ്ട് നാടൻ അച്ചാറും ഉണ്ടാക്കാറുണ്ട്.

വിളവെടുപ്പുകളുടെ ആഘോഷമായ താങ്ക്സ്-ഗിവിംഗും കാനഡയിൽ ആഘോഷിക്കുന്നത് ഒക്ടോബറിലെ രണ്ടാം തിങ്കളാഴ്ചയാണ്. എന്നാൽ അമേരിക്കയിൽ ഇത് നവംബറിലെ നാലാമത്തെ വ്യാഴാഴ്ചയാണു കൊണ്ടാടുന്നത്. ഭൂഖണ്ഡത്തിന്റെ വടക്കുഭാഗത്തായി ഉത്തരധ്രുവത്തോടു ചേർന്നുനില്ക്കുന്ന കാനഡയിൽ വിളവെടുപ്പും തണുപ്പും ഐക്യനാടുകളിലേതിനേക്കാൾ മുമ്പേ വരുന്നതുകൊണ്ടാവാം ഈ വ്യത്യാസം.

യൂറോപ്പിൽ നിന്നുമുള്ള ദേശപര്യവേഷകർ അവരുടെ യാത്ര വിജയകരമായതിന്റെ ആഘോഷമായി നടത്തിയതാണ് ആദ്യത്തെ താങ്ക്സ് -ഗിവിംഗ് എന്നു പറയപ്പെടുന്നത്. കടലുതാണ്ടിയെത്തിയ ഈ സാഹസികരെ ഇവിടുത്തെ ആദിവാസികൾ സ്വീകരിക്കുകയും രക്ഷയ്ക്കാവശ്യമായ വസ്തുക്കൾ നല്കുകയും ചെയ്തതിനു പകരമായി യൂറോപ്പുകാർ ഒരു സദ്യ നല്കി നന്ദി പ്രകടിപ്പിച്ചതിന്റെ അനുസ്മരണമാണെന്നും ഒരു കഥയുണ്ട്. എന്നാൽ യൂറോപ്പിലും അമേരിക്കനിന്ത്യക്കാരുടെ ഇടയിലും ശരത്കാലത്ത് വിളവെടുപ്പു ഘോഷിക്കുന്ന പതിവുണ്ടായിരുന്നതായും പറയപ്പെടുന്നുണ്ട്.

വലിയ ടർക്കികോഴിക്കുള്ളിൽ പച്ചക്കറികളും പാകത്തിനു മസാല ക്കൂട്ടും റൊട്ടിക്കഷണങ്ങളും ചേർത്തുനിറച്ച് ഓവനിൽ ദീർഘനേരംവച്ചു പാകം ചെയ്തെടുക്കുന്നത് ഈ അത്താഴത്തിലെ പ്രശസ്തമായ വിഭവ ങ്ങളിലൊന്നാണ്. കോഴിക്കകത്തിരുന്നു വേവുന്ന പച്ചക്കറിക്കൂട്ടിനു പ്രത്യേക സ്വാദുണ്ടാകും. ഇതിനു കൂട്ടായി ഉരുളക്കിഴങ്ങും മറ്റു കിഴങ്ങു വർഗങ്ങളും പലതരം പച്ചക്കറികളും ഉപ്പുകൂടിയ ചാറും ക്രാൻബറി സോസും ഒക്കെയായി ഒട്ടനവധി വിഭവങ്ങളുണ്ടാവും. ഭക്ഷണത്തിൽ ധാരാളിത്തം കാണിക്കുന്ന താങ്ക്സ്-ഗിവിംഗ് സമൃദ്ധിയുടെ പ്രതീക മാണ്. സദ്യ പൂർണമാവണമെങ്കിൽ മധുരം നിറഞ്ഞ പംകിൻ പൈയും വേണം. കുടുംബാംഗങ്ങൾ ഒന്നിച്ചുകൂടുന്ന ഒരവധിയാണിത്. ജീവിത ത്തിലെ അനുഗ്രഹങ്ങൾക്കു പ്രത്യേകിച്ചും കഴിഞ്ഞ വർഷത്തെ നന്മ കൾക്കു നന്ദി പറയുവാൻ ഈ അവസരം ഉപയോഗപ്പെടുത്താറുണ്ട്.

താങ്ക്സ്-ഗിവിംഗ് എന്നാൽ ടർക്കി തിന്നുക എന്നായിട്ടുണ്ട് സാധാരണക്കാർക്കിവിടെ. സ്കൂളിലും ജോലിസ്ഥലത്തും കടകളുടെ പരസ്യത്തിലും പപ്പും പൂടയുമറ്റ കിളികൾ കുറുകിയ ചാറിൽ സ്വാദോടെ പറന്നുകളിക്കുന്നു. അവധി കഴിഞ്ഞു മടങ്ങിച്ചെല്ലുമ്പോൾ ഉണ്ണ്യാദി കൾക്കും പറയാൻ വേണമല്ലോ ടർക്കികഥകൾ. ഏഴുകിലോയിൽ കുറഞ്ഞ ടർക്കിയെ കടയിൽ കണ്ടെടുക്കാനില്ല. മാംസപ്രിയരല്ലാത്ത അച്ഛനമ്മമാരും ഈച്ചക്കാലന്മാരും കൂടി ഒത്തുപിടിച്ചാലും കഴിച്ചതി ലധികം കളയാനുണ്ടാവും. മിതവ്യയം, കോഴിയുള്ളപ്പോൾ ഒരു ടർക്കിയെ വെറുതെ എന്തിനു ബുദ്ധിമുട്ടിക്കണം എന്നൊക്കെ ന്യായീ കരിച്ച് ഒരു സുന്ദരൻ കോഴിയെ ഓവനിൽ കയറ്റി കുഞ്ഞിടർക്കി എന്നു വിശേഷിപ്പിച്ചായിരുന്നു പണ്ട് ആഘോഷം. കോഴിയെച്ചുട്ടാൽ ടർക്കി യാവില്ലല്ലൊ എന്നു വാദിക്കാനുള്ള കരുത്തായി ഉണ്ണിനാവുകൾക്ക്. അതുകൊണ്ട് ഈ വർഷം കോഴിപ്രയോഗം ഇല്ല. ഇരുപതു വർഷമായി ഗൃഹഭരണം തുടങ്ങിയിട്ടെങ്കിലും ഇന്നേവരെ ഒരു ടർക്കിയെ അടുപ്പിൽ കയറ്റിയിട്ടില്ലെന്ന് അപമാനത്തോടെ ഏറ്റുപറയട്ടെ. കരുണയുള്ള സുഹൃ ത്തുക്കൾ ചില വർഷങ്ങളിൽ ടർക്കിയെ പങ്കുവയ്ക്കാൻ ക്ഷണിക്കും.

31-ാം തീയതിയാണു കുട്ടികൾക്കു പ്രിയപ്പെട്ട ഹാലോവിൻ. ഹാലോവിന്റെ വരവ് അയർലണ്ടിൽ നിന്നുമാണെന്നു പറയപ്പെടുന്നു. കത്തോലിക്ക മതവിശ്വാസികൾ നവംബർ ഒന്ന് വിശുദ്ധന്മാരുടെ ദിവ സമായി (all hallow day or all saints day) ആചരിക്കുന്നുണ്ട്. ഇതിന്റെ തലേരാത്രി എല്ലാ ആത്മാക്കൾക്കും ഉയർത്തെഴുന്നേല്ക്കാൻ അവസരം

കൊടുക്കുന്നതാണത്രെ ഹാലോവിൻ. അന്ന് നായോ നരിയോ ചെകുത്താനോ മാലാഖയോ ആയി കുട്ടികൾക്കു വേഷംകെട്ടാം. സൂര്യാസ്തമയത്തോടെ വേഷംമാറികൾ വീടുവീടാന്തരം കയറിയിറങ്ങും. ട്രിക്-ഓർ-ട്രീറ്റ് എന്നു ചോദിച്ച് മധുരമന്വേഷിച്ചാണു വരവ്. ചോക്ലേറ്റാണ് ഈ പിരിവുകാരുടെ പ്രിയവസ്തു.

ഭൂതപ്രേതപിശാചുക്കൾ കൂടുവിട്ടലയുന്ന ദിവസമായതുകൊണ്ട് ഹാലോവിനു ഭീകരത തോന്നിപ്പിക്കുന്ന അലങ്കാരമാണു പ്രധാനം. എട്ടുകാലികൾ, എട്ടുകാലി വല, രൗദ്ര സംഗീതം, അസ്ഥിപഞ്ജരം, ദുഷ്ടമന്ത്രവാദിനികൾ, മച്ചിൽനിന്നും തൂങ്ങിയാടുന്ന കുട്ടിച്ചാത്തന്മാർ ഇവയൊക്കെ ഉണ്ണി ഭീകരരെ സ്വീകരിക്കാനായി വാതിൽക്കലുണ്ടാവും. ഹാലോവിൻ അടുക്കുന്നതോടെ കടകളിൽ ഇത്തരം അലങ്കാര വസ്തുക്കളും പലതരത്തിലുള്ള മിഠായികളും ചോക്ലേറ്റും ഉപ്പേരിപ്പൊതികളും സുലഭമാവും.

പെൺകുട്ടികൾ മാലാഖമാരും സിന്റെറെല്ലയും സ്നോവൈറ്റും ഒക്കെയായി വേഷപ്പകർച്ച നടത്തുമ്പോൾ ഉണ്ണിക്കും കുഞ്ഞുണ്ണിക്കും കൊള്ളക്കാരനും അന്യഗൃഹജീവിയും ഭീകരരൂപികളുമായി രൂപാന്തരപ്പെടാനാണിഷ്ടം. അയൽവീടുകൾ തെണ്ടി രണ്ടു മണിക്കൂറിനകം സഞ്ചി നിറയെ ഇഷ്ടഭക്ഷണവുമായി മടങ്ങിയെത്തും. എത്ര കിലോ പഞ്ചസാരയാണ് ഉണ്ണിവയറുകൾക്കമൃതേകാൻ കാത്തിരിക്കുന്നത്!

വീടെത്തി അച്ഛനമ്മമാരുടെ യോഗ്യതാ പരിശോധന കഴിഞ്ഞേ എന്തും തിന്നാവൂ എന്നൊരു മുന്നറിയിപ്പുണ്ട്. വർഷങ്ങൾക്കു മുമ്പ് ഒരച്ഛൻ ഇൻഷുറൻസ് പണം തട്ടാൻവേണ്ടി തന്റെ കുട്ടിക്കും കൂട്ടുകാർക്കും ഹാലോവിൻ മിഠായിയിൽ വിഷം കൊടുത്തു കൊലപ്പെടുത്തിയതോടെയാണ് നിർദ്ദോഷമായിരിക്കേണ്ട ഈ ആഘോഷത്തിനു ഭയത്തിന്റെ മുഖം വന്നത്.

ഉണ്ണിക്ക് ഒന്നരവയസ്സുള്ളപ്പോഴാണ് വീടും ഹാലോവിനുമൊക്കെ ആദ്യമായി സ്വന്തമായത്. വീടെന്നാൽ ചുവരും തറയും മാത്രമായിട്ടുള്ള കാലം. ചുവരിനും തറക്കുമുള്ള പങ്ക് ബാങ്കിലടച്ചതിൽ ബാക്കി വരുന്നതുകൊണ്ട് അതിൽ ഇരിക്കാനും കിടക്കാനുമൊക്കെയുള്ള വക വാങ്ങാമെന്ന സ്വപ്നത്തിൽ സ്വീകരണമുറി ഒഴിഞ്ഞുകിടക്കുകയാണ്. ഉറയ്ക്കാത്ത കാൽവയ്പോടെ ഉണ്ണി ഓടിക്കളിക്കുമ്പോൾ തട്ടും മുട്ടും എന്ന വേവലാതിയില്ല. ട്രിക്-ഓർ-ട്രീറ്റ് എന്നു പറഞ്ഞുവരുന്ന വേഷംമാറികളെ ജനലിലൂടെ നോക്കാനേ ഒന്നരവയസ്സുകാരൻ ധൈര്യ

ശാലിക്കു കഴിഞ്ഞുള്ളൂ. കുറച്ചുകഴിഞ്ഞപ്പോൾ പടികടന്നുവരുന്ന കുട്ടി പ്രേതങ്ങളെ കാണുന്നതും ഉണ്ണി വിളിച്ചുപറയാൻ തുടങ്ങി 'അമ്മ ടീക്കൊ-ടീക്കൊ'. ഇപ്പോഴും ആ കിളുന്തു ശബ്ദമോർത്ത് ഹാലോവിനെ ടീക്കൊ-ടീക്കൊ എന്നു വിശേഷിപ്പിക്കുമ്പോൾ ഈ പഴങ്കഥകളൊക്കെ ഒന്നു നിർത്തിക്കൂടേന്നൊരു കൗമാരപ്രതിഷേധം ഉണ്ണി മുഖത്തു തെളിയുന്നതു കാണാം.

പംകിൻ എന്ന മത്തങ്ങയും വിളഞ്ഞിരിക്കുന്നു. സ്വർണ്ണനിറത്തിലുള്ള പംകിൻ ശരത്തിന്റേയും ഹാലോവിന്റേയും ഒഴിച്ചുകൂടാനാവാത്ത അലങ്കാരവസ്തുവാണ്. കടുത്ത ഓറഞ്ചുനിറമുള്ള ഈ മത്തങ്ങകൾ കടകളിൽനിന്നും വാങ്ങുകയോ കൃഷിയിടങ്ങളിൽ പോയി ഇഷ്ടമുള്ളതു തിരഞ്ഞെടുക്കുകയോ ചെയ്യാം. ഭൂമിയിൽ നിരന്നുകിടക്കുന്ന സ്വർണ്ണക്കുടങ്ങളെ ശ്രദ്ധയോടെ നോക്കി ഇഷ്ടപ്പെട്ടതു കണ്ടുപിടിക്കുമ്പോൾ കുഞ്ഞിക്കണ്ണുകളിൽ സൂര്യോദയം കാണാം. പംകിൻ വാങ്ങാൻ പോകുന്നത് ഇവിടുത്തുകാർ ഗൃഹാതുരത്വത്തോടെ കാക്കുന്ന ബാല്യകാല സ്മരണകളിലൊന്നാണ്.

ഹാലോവിനെത്തുന്നതോടെ ഈ മത്തങ്ങയെ റാന്തൽവിളക്കായി മാറ്റുന്നു. മുകൾഭാഗം മുറിച്ചുമാറ്റിയിട്ട് ഉള്ളിലുള്ള കുരുവും നാരും കളഞ്ഞെടുക്കുകയാണ് ആദ്യം ചെയ്യുന്നത്. പിന്നെ ഭാവനയും കരവിരുതും ചേർത്ത് കാർട്ടൂൺ മുഖങ്ങൾ അവയിൽ കൊത്തിവയ്ക്കാം. ചിരിക്കുന്ന മുഖവും രൗദ്രഭാവവുമൊക്കെ പതിവുകാഴ്ചകളാണ്. അകത്തൊരു മെഴുകുതിരി കത്തിച്ചുവച്ച് മുറിച്ചുമാറ്റിയ ഭാഗം മൂടിയായി വച്ച് വീടിനുമുമ്പിൽ സ്ഥാപിക്കും.

വർഷങ്ങൾക്കു മുമ്പ് ഒരു ഹാലോവിൻദിനത്തിലാണ് പ്രിയപ്പെട്ട ഒരു കുട്ടി മരണത്തിലേക്കു സ്വയമങ്ങു നടന്നുപോയത്. ചന്നംപിന്നം പെയ്യുന്ന മഴയും കണ്ണീരും ചേർന്നു നനവാർന്ന ആ സന്ധ്യ ഹൃദയത്തിൽ നിന്നും മായുന്നില്ല. പതിനാറാം വയസ്സിൽ ചുവരിലെ ചിത്രമായി വളർച്ച നിലച്ചുപോയ അവനെപ്പറ്റി, ഹൃദയഭാരത്തോടെ ലോകം വിട്ടു പോയ അവന്റെ അച്ഛനെപ്പറ്റി, മെഴുകുതിരിപോലെ സ്വയം എരിഞ്ഞടങ്ങുന്ന അമ്മയെപ്പറ്റി, അടക്കിയ വിതുമ്പൽപോലെ ചിരിക്കാൻ ശ്രമപ്പെടുന്ന അനുജനെപ്പറ്റിയൊക്കെ എല്ലാ ഹാലോവിനും ഓർമ്മപ്പെടുത്തുന്നു. പംകിനുള്ളിൽ കത്തിച്ചുവയ്ക്കുന്ന തിരികളിലൊന്ന്, കുട്ടീ നിന്റെ ഓർമ്മയ്ക്ക്.

പന്ത്രണ്ട്

## കമണ്ഡലുക്കാലം

മൂടൽമഞ്ഞിന്റെ മറയുമായിട്ടാണ് മിക്കവാറും നവംബറെത്തുക. ചൂടിൽനിന്നും തണുപ്പിലേക്കു കടക്കുന്ന ശരത്കാലത്തിന്റെ ഭാഗമാണത്. പക്ഷേ, കൊടൈക്കനാൽ മഞ്ഞിന്റെ പ്രണയസൗന്ദര്യമൊന്നും ഈ മഞ്ഞുമറക്കില്ല. മറിച്ച് റോഡ് അപകടങ്ങൾ വരുത്തിവയ്ക്കുന്നതുകൊണ്ട് ഒരു ഭീകരഭാവമാണീ കനത്ത മറയ്ക്ക്.

വടക്കുനിന്നും തണുത്തകാറ്റ് ആഞ്ഞാഞ്ഞു വീശുന്നുണ്ട്, ഇലകളൊന്നും മരത്തലപ്പത്തു ബാക്കിയില്ലെന്നുറപ്പാക്കാൻ. ഇടയ്ക്കൊക്കെ കാറ്റിൽ ചായുന്ന മഴയും. തണുപ്പും ഈർപ്പവും നിറഞ്ഞ ഈ സമയത്ത് വാതം പ്രായത്തെ ഓർമ്മിപ്പിച്ച് കാലുംകൈയുമെല്ലാം നോവിക്കും. ഒന്നുപെയ്തിട്ട് കുറച്ചുനേരം മാറിനില്ക്കുന്ന മഴ എപ്പോൾ വേണമെങ്കിലും വീണ്ടും വരും. കാറ്റകമ്പടിയോടെ ചരിഞ്ഞു വീഴുന്ന മോഹൻലാൽ മഴ.

വസന്തകാലത്ത് നേരത്തെ പ്രത്യക്ഷപ്പെട്ടിരുന്ന സൂര്യനെ സ്വീകരിക്കുവാനായി ഒരു മണിക്കൂർ മുന്നോട്ടു മാറ്റിവച്ച ക്ലോക്ക് പഴയപടിയാക്കാൻ സമയമായിരിക്കുന്നു. നവംബറിന്റെ ആദ്യം സൂര്യൻ രാവിലെ എട്ടുമണിക്കു മുമ്പായുദിച്ച് വൈകുന്നേരം ആറുമണിയോടെ അസ്തമിക്കുന്നു. 2006 വരെ ഒക്ടോബറിലെ അവസാനത്തെ ഞായറാഴ്ചയായിരുന്നു സമയം പിന്നോട്ടും മാറ്റിവയ്ക്കുന്നത്. ലോകം ഭരിക്കുന്ന അമേരിക്കയുടെ നിർദ്ദേശപ്രകാരം 2007 മുതൽ അത് നവംബറിലെ ആദ്യത്തെ ഞായറാഴ്ചയായിരിക്കുന്നു. ഊർജ്ജസംരക്ഷണം മുൻനിർത്തി സൂര്യപ്രകാശം കഴിയുന്നത്ര ഉപയോഗപ്പെടുത്താൻ വേണ്ടിയാണീ മാറ്റം.

രാത്രി ജോലി ചെയ്യുന്നവർക്ക് ഒരു മണിക്കൂർ കൂടുതൽ ജോലി ചെയ്യേണ്ടിവരും. രാവിലെ ഒരു മണിക്കൂർ കൂടുതലുറങ്ങാൻ കിട്ടുന്നത്

ആദ്യത്തെയാഴ്ച പരമാനന്ദമാണ്. എന്നാൽ അസ്തമയം നേരത്തെ ആവുന്നതുകൊണ്ട് ജോലി കഴിഞ്ഞിറങ്ങുമ്പോൾ പുറത്ത് ഇരുട്ടു പരന്നിരിക്കും. വീട്ടിലെത്തിക്കഴിഞ്ഞാൽ തണുത്ത കാറ്റും ഇരുട്ടും ഒക്കെയായി പുറത്തിറങ്ങാൻ തോന്നുകയില്ല. കാറിൽനിന്നും വീടിനകത്തേക്കും വീട്ടിൽനിന്നും കാറിലേക്കുമല്ലാതെ പുറത്തേക്കിറങ്ങാതിരിക്കാൻ കഴിയുന്നത്ര ശ്രമിക്കും.

ചൂടുകാലവസ്ത്രങ്ങൾ അലമാരിയിൽ കയറ്റി, ഏപ്രിലിൽ സന്തോഷത്തോടെ മാറ്റിവച്ച സ്വറ്ററുകളും രോമക്കുപ്പായങ്ങളും പുറത്തെടുക്കുമ്പോൾ അറിയാതെ നെടുവീർപ്പിട്ടുപോവും. പുല്ലുവെട്ടുന്ന യന്ത്രം ഭദ്രമായി മാറ്റിവച്ച് മഞ്ഞുമാറ്റാനുള്ള കോരികയും കൈക്കോട്ടും പുറത്തേക്കെടുക്കണം. പുറംവരാന്തയിൽനിന്നും ഊഞ്ഞാൽ സോഫയും ചെടികളും അപ്രത്യക്ഷമായിരിക്കുന്നു. അയൽക്കാരെയൊക്കെ ഇനി മിക്കവാറും കാണുന്നതും സംസാരിക്കുന്നതും അടുത്ത വസന്തത്തിലാവും. അപ്പോഴേക്കും കുട്ടികൾ വളർന്നിരിക്കും. പ്രത്യേകിച്ചും കൗമാരക്കാരാണെങ്കിൽ ചിലപ്പോൾ കണ്ടാലറിയാത്തതുപോലെ വളർന്നിരിക്കും.

മാനം മൂടിക്കെട്ടി നില്ക്കുകയാണ്. ഉറഞ്ഞുപെയ്യാൻ കനപ്പെട്ടു നില്ക്കുന്ന കരിമേഘമല്ല. മരവിപ്പിന്റെ മടുപ്പുചൂടിയ പഴക്കം തോന്നിക്കുന്നൊരു മേലാപ്പ് ആകാശത്തെ മറച്ചുപിടിച്ചിരിക്കുന്നതുപോലെ. മനസ്സിനെ മരവിപ്പിച്ചുകൊണ്ടാണ് ശരത്തിൽനിന്നും ശിശിരത്തിലേക്കുള്ള യാത്ര. മുന്നറിയിപ്പില്ലാതെ ചീറിയടിക്കുന്ന തണുത്തകാറ്റ്. ഇലകൊഴിഞ്ഞ മരങ്ങൾ അസ്ഥിവ്യൂഹം പോലെ ദൂരെ കാണാം. തണുപ്പിനെ സ്വീകരിക്കാൻ പ്രതിഷേധത്തോടെ വിസമ്മതിക്കുന്ന ശരീരം. എല്ലാം കൂടെ മനസ്സു വല്ലാതെ കനംതൂങ്ങും. ഏപ്രിൽമഴയും മെയ്മാസപ്പൂക്കളും സ്വപ്നംകണ്ട് പുറത്തെ വിഷാദിപ്പിക്കുന്ന ചാരനിറത്തിൽ കണ്ണുംനട്ട് എത്രവേണമെങ്കിലും ഇരിക്കാം. ഇനിയുള്ള അഞ്ചുമാസം ശീതകാല നിദ്രയിൽ തീർക്കാൻ കഴിഞ്ഞിരുന്നെങ്കിലെന്ന് തോന്നാറുണ്ട്. ഹൈബർനേഷൻ അത്ര മോശമല്ലാത്ത പരിപാടിയാണെന്ന് എല്ലാ ശരത്തും ഓർമ്മപ്പെടുത്തും.

എന്തായാലും വർഷത്തിലെ ഏറ്റവും മനസ്താപപ്പെടുത്തുന്ന കാലമാണിത്. എന്നെങ്കിലും വിരക്തിനേടി കാവിയും യോഗദണ്ഡും കമണ്ഡലുവുമായി ഇറങ്ങിപ്പുറപ്പെടുകയാണെങ്കിൽ അതൊരു നവംബറിലായിരിക്കുമെന്നുറപ്പാണ്. അങ്ങനെയാണെങ്കിൽ നവംബർ അത്ര മോശമല്ലാത്തൊരു മാസമാണെന്ന് സുഹൃത്തുക്കളിൽ ചിലർ കുറുമ്പു

പറഞ്ഞേക്കും. മാസവും ഔട്ഫിറ്റും ലഗേജും തീരുമാനിച്ചു. ഇനി വർഷം ഏതാണെന്നുകൂടി ഉറപ്പിച്ചാൽ മതി. ഇലയില്ലാ ശാഖകളായി മരവിച്ചുനില്ക്കുമ്പോഴും വസന്തം വരാതിരിക്കില്ല കുട്ടീന്നോർമ്മിപ്പിച്ച് മോഹങ്ങളെയൊക്കെ മുകുളമായിട്ടൊളിച്ചു സൂക്ഷിക്കാൻ ഉപദേശിക്കുന്ന മരങ്ങളാണ് ജീവിക്കാൻ പ്രേരിപ്പിക്കുന്നത്.

ആദ്യത്തെ മഞ്ഞെത്തുക നവംബർ പകുതിയോടെയാവും. കുട്ടികളാണെങ്കിൽ മഞ്ഞുവീഴാൻ കാത്തിരിക്കുകയാണ്. മഞ്ഞുമനുഷ്യനെ ഉണ്ടാക്കുവാനും നനവാർന്ന മഞ്ഞ് പന്തുപോലെയുരുട്ടി പരസ്പരം എറിഞ്ഞു ചൊടിപ്പിക്കുവാനുള്ള കൗതുകം നവംബർ ആദ്യമേ തുടങ്ങും. ആദ്യത്തെ മഞ്ഞുവീഴുന്ന ദിവസം ഇരുന്നൂറു റോഡപകടങ്ങൾ വരെ ഈ നഗരത്തിൽ ഉണ്ടായിട്ടുണ്ട്. മിക്കതും വലിയ അത്യാഹിതങ്ങളില്ലാതെ ഡ്രൈവർക്ക് കാറിൽനിന്നും ഇറങ്ങി നടന്നുപോകാവുന്ന വോക്ക്-എവേ ആയിരിക്കും. അതോടെ എല്ലാവരും വിന്റർ ഡ്രൈവിംഗുമായി പൊരുത്തപ്പെടാൻ തുടങ്ങുന്നു.

സ്കൂൾ വിട്ടുവന്നപ്പോഴേക്കും അയലത്തെ വീരൻ നമ്മുടെ മഞ്ഞൊക്കെ മോഷ്ടിച്ചു എന്നായി കുഞ്ഞുണ്ണിപ്പരാതി. അടുത്ത വീട്ടിൽ താമസിച്ചിരുന്ന ശാന്തസ്വരൂപരായ അമാൻഡയും അനിയത്തിമാരും വീടുമാറിപ്പോയപ്പോൾ പകരം വന്നത് മുള്ളൻമുടിയും കഴുത്തിലും മണിബന്ധത്തിലും വെള്ളിച്ചെയിനുമായി റായ്ലിയെന്നൊരു ചുള്ളനാണ്. ആകാശത്തുനിന്നും വീണതെങ്ങനെ നമ്മുടേതാവും എല്ലാവർക്കും കളിക്കാൻ വേണ്ടിയല്ലെ മഞ്ഞു ചിതറി വീഴുന്നതെന്ന സദുപദേശം കൊടുത്തിട്ടും കുഞ്ഞുണ്ണി ക്ഷമിക്കാൻ തയ്യാറായില്ല. ആദ്യത്തെ മഞ്ഞിൽതന്നെ അയൽവീട്ടിലൊരു മഞ്ഞുമനുഷ്യൻ തലയുയർത്തി നില്ക്കുകയും സ്വന്തം വീടിനു മുന്നിൽ മരിച്ചുകഴിയാത്ത പുൽത്തലകൾ ഉയർന്നുനില്ക്കുകയും ചെയ്യുന്നത് അഭിമാനിയായ ഒരു മഞ്ഞുശില്പിക്കു സഹിക്കാവുന്നതാണൊ?

ജനുവരി ആവുമ്പോഴേക്കും റോഡിൽനിന്നും ഡ്രൈവ് വേയിൽ നിന്നും കോരിയിട്ട മഞ്ഞ് നാലടി ഉയരത്തിൽ വീടിനു മുമ്പിലുണ്ടാവും. അന്ന് ആരെങ്കിലും വന്ന് മോഷ്ടിച്ചുകൊണ്ടു പോയിരുന്നെങ്കിലെന്ന് ആശിച്ചാലും ആരും തിരിഞ്ഞുനോക്കില്ല. കാരണം അത്രയൊക്കെ തന്നെ എല്ലാവരുടെ വീടിനു മുമ്പിലും ഉണ്ടാവും. നവംബർ അവസാനമാകുന്നതോടെ കടകളിൽ ക്രിസ്തുമസ്സിനുള്ള സാധനങ്ങൾ നിറഞ്ഞു കഴിയും. ബന്ധുക്കൾക്കെല്ലാം സമ്മാനം വാങ്ങണമെന്ന അലിഖിത

നിയമത്തിന്റെ പേരിലുള്ള പരാതിയും പരിഭ്രമവും ഓഫീസിലെ നിത്യ വിശേഷമായി മാറും.

ഈർപ്പം കലർന്ന തണുപ്പ് അസ്ഥിക്കകമാണു വേദനിപ്പിക്കുന്നത്.

-നശിച്ചൊരു തണുപ്പെന്ന് അറിയാതെ ഉച്ചത്തിൽ പല്ലുകടിച്ചപ്പോൾ ഉണ്ണി ഗൗരവത്തോടെ തിരുത്തി.

-അരിശം നല്ലതല്ലമ്മെ, അതു ക്രൂരതയിലേക്കേ നയിക്കൂ.

സ്കൂളിൽ കേട്ടുപഠിച്ച വാചകമാണവൻ ഉരുവിട്ടതെങ്കിലും അവിശ്വാസവും അപമാനവുംകൊണ്ട് വായ അടയണൊ വേണ്ടയോ എന്നറിയാതെ സന്ദേഹിച്ചുനിന്നു.

-ഈ അരിശം മുഴുവൻ ഞാനെവിടെക്കൊണ്ടുതീർക്കും ഞാനെന്റെയുണ്ണീ

എന്നു പറഞ്ഞവനെ കെട്ടിപ്പിടിച്ചിക്കിളിയാക്കി കുറവുതീർക്കാൻ നോക്കി. മുതിർന്നവരുടെ തെറ്റുകൾ തിരുത്താനും മൗഢ്യമകറ്റാനും എത്ര അനായാസമായിട്ടാണ് കുട്ടികൾക്കു കഴിയുന്നത്.

എന്നിട്ടൊ മടിയിൽ കയറിയിരുന്ന് നിലത്തു തൊടാറായ കാലാട്ടി ചിരിക്കുകയാണവൻ. അരിശം കത്തിവന്ന അമ്മയും ചിരിച്ചു. ഇതിലും വലിയ സ്വർഗമില്ലെന്ന മട്ടിൽ അല്ലെങ്കിൽതന്നെ നെഞ്ചിൽ ആഹ്ലാദം നിറഞ്ഞുകവിയുന്നതല്ലേ സ്വർഗ്ഗം. കുട്ടികൾ ഭൂമിയിലെ മാലാഖമാരാണെന്ന കണ്ടുപിടിത്തം എത്ര ശരിയാണ്!

പതിമൂന്ന്

# ശിശിരത്തിലെ ക്രിസ്തുമസ്

ഡിസംബർ എന്നാൽ ക്രിസ്തുമസ് എന്നാണർത്ഥം. ക്രിസ്തുമസ് എന്നു മാത്രമാണർത്ഥം. ഈ ഭൂഖണ്ഡമാകെ സ്പന്ദിക്കുന്നത് ക്രിസ്തുമസ് എന്ന താളത്തിലാണെന്നു തോന്നിപ്പോകും. ക്രിസ്തുവിനെയോ മറിയത്തെയോ ഓർത്താണീ പരവേശം എന്നു ധരിക്കരുത്. അതൊക്കെ ഓർക്കാൻ ആർക്കു സമയം, ക്രിസ്തുമസ്സല്ലേ വരുന്നത് - എന്തൊക്കെ ചെയ്യാൻ കിടക്കുന്നു!!

അണുകുടുംബങ്ങൾ ഒന്നിച്ചുകൂടുന്നതും സമൃദ്ധമായ ഭക്ഷണം കഴിക്കുന്നതും ക്രിസ്തുമസ് ആഘോഷത്തിന്റേയും ഭാഗമാണ്. വിരുന്നുകാരെ അമ്പരപ്പിക്കത്തക്ക തരത്തിലുള്ള സദ്യയൊരുക്കുക എന്നതാണ് എല്ലാ ആതിഥേയരുടേയും ലക്ഷ്യം. വിരുന്നുകൾ, സൽക്കാരങ്ങൾ, സദ്യകൾ, നൃത്തങ്ങൾ, വീടൊരുക്കൽ, ക്രിസ്തുമസ് ഇന്ന് ആഘോഷം മാത്രമാണ്. പകിട്ടുകൂടിയ വസ്ത്രങ്ങളുടെ സമ്പന്നമായ ഭക്ഷണത്തിന്റെ ധൂർത്തുനിറഞ്ഞ പാരിതോഷികങ്ങളുടെ, കലവറയില്ലാത്ത ആഡംബരത്തിന്റെ - പ്രദർശനങ്ങളുടെ ആഘോഷം!

ഈ പരാക്രമങ്ങൾക്കിടയ്ക്ക് തൊഴുത്തിൽ പഴംതുണികൾക്ക് ഇടയിൽനിന്നും വരുന്ന ഒരിളം കരച്ചിലിനു കാതോർക്കാൻ എവിടെയാണു സമയം.

നമുക്ക് അത്തപ്പൂക്കളമൊരുക്കുന്നതുപോലെ പ്രധാനമാണ് ഇവിടെ ക്രിസ്തുമസ് ട്രീ അലങ്കരിക്കുന്നത്. ഒരു മരം സ്വയം കണ്ടെത്തി വീട്ടിൽ കൊണ്ടുവരുന്നത് നമ്മുടെ പൂവിറുക്കൽപോലുള്ള ഗൃഹാതുരതയോടെ ഇവർ കാക്കുന്നു. മരങ്ങൾ വളർത്തി വില്ക്കുന്ന ഫാമുകളിൽപോയി ഇഷ്ടമുള്ളതു തിരഞ്ഞെടുക്കാം. അതു കാറിന്റെ മുകളിൽ വച്ചുകെട്ടി വീട്ടിൽ കൊണ്ടുവന്ന് വീണുപോകാതെ വെള്ളമൊഴിച്ച ചട്ടിയിൽ

നിർത്തുക എന്ന ശ്രമകരമായ പണി ആസ്വാദ്യതയോടെ ചെയ്യുന്നു. പരന്നുകിടക്കുന്ന കൃഷിയിടങ്ങളിൽ കാറ്റും തണുപ്പും വളരെ കൂടുതലായിരിക്കും. ഉഷ്ണമേഖലയിൽനിന്നും വന്ന മെലിഞ്ഞ കൈവിരലുകൾ ഈ തണുപ്പിൽ മരവിച്ചുപോകുന്നതുകൊണ്ട് ഉണ്ണിക്കും കുഞ്ഞുണ്ണിക്കും കൃത്രിമമരത്തിന്റെ നാഗരികതയേ പരിചയമുള്ളൂ.

ദൈവം തന്റെ പുത്രനെ മനുഷ്യരാശിയുടെ പാപപരിഹാരത്തിനായി ലോകത്തിലേക്കയച്ചത് ഓർമ്മിക്കുവാൻ വേണ്ടി ക്രിസ്തുമസ് *റ്റൈം ഓഫ് ഗിവിംഗ്* എന്നറിയപ്പെടുന്നു. ഇരുപത്തിനാലാം തീയതി രാത്രി ചിമ്മിനിയിൽ കൂടി ഇറങ്ങിവരുന്ന സാന്റാക്ലോസ് ക്രിസ്തുമസ് ട്രീക്കടിയിൽ സമ്മാനങ്ങൾ വച്ചിട്ടു പോകുമെന്നാണു സങ്കല്പം. സങ്കല്പത്തിനു യാഥാർത്ഥ്യത്തിന്റെ നിറം പകരാൻ വാങ്ങുന്ന സമ്മാനങ്ങൾ അലങ്കരിച്ച ക്രിസ്തുമസ് ട്രീക്കടിയിൽവയ്ക്കുന്നു. ഇരുപത്തിയഞ്ചാം തീയതി രാവിലെ സമ്മാനങ്ങൾ തുറക്കാം. വിലകൂടിയ കളിപ്പാട്ടങ്ങളും സുഖലോലുപതക്കുതകുന്ന വസ്തുക്കളും സമ്മാനങ്ങൾ പ്രധാനം. ഭ്രാന്തമായ വാങ്ങലുകളുടേയും കൊടുക്കലുകളുടേയും കാലമാണിത്.

ഉത്തരയമേരിക്കയിലെ കൊടുക്കൽ പകരം കിട്ടാൻ വേണ്ടിയുള്ളതു മാത്രമാണ്. സമ്മാനത്തിനുവേണ്ടി ചിലവഴിച്ച സമയവും കരുതലും പണവും പലപ്പോഴും അതു കൊടുക്കുന്നയാളോടുള്ള സ്നേഹത്തിന്റെ അടയാളമായി അളക്കപ്പെടാറുണ്ട്. അതുകൊണ്ടുതന്നെ ഇത് മനസ്താപത്തിനും നിരാശക്കും ചിലപ്പോൾ വലിയ വഴക്കുകൾക്കുപോലും വഴി തെളിക്കാറുമുണ്ട്. എന്റെ ഇഷ്ടാനിഷ്ടങ്ങളെപ്പറ്റി നിങ്ങൾക്കൊരു ചുക്കും അറിയില്ലല്ലോ എന്ന ദുഃഖവും എനിക്കായി ഇത്രയും വില കുറഞ്ഞ വസ്തുവാണോ വാങ്ങിയത് എന്ന പല്ലിറുമ്മലും സാധാരണമാണ്. അത് വഴക്കിലും മത്സരത്തിലും ചിലപ്പോൾ വിവാഹമോചനത്തിൽപോലും കൊണ്ടെത്തിക്കാറുണ്ട്.

ക്രിസ്തുമസ് ഇപ്പോൾ ഏറ്റവും വലിയ കച്ചവടോപാധിയായി മാറിയിരിക്കുകയാണ്. ക്രിസ്തുമസ്സിനു ധരിക്കാനുള്ള മോടിയുള്ള വസ്ത്രം മുതൽ വീടിനുള്ള അലങ്കാരവസ്തുക്കൾവരെ ലാഭത്തിൽ വാങ്ങാനുള്ള പരസ്യങ്ങളുടെ വരവായി. എല്ലാ പ്രമുഖ കടകളും വില്പന സാധനങ്ങളുടെ ചിത്രവും വിവരണങ്ങളും വിലയുമടങ്ങുന്ന ചെറു കാറ്റലോഗുകൾ വീടുകളിലെത്തിക്കും. ക്രിസ്തുമസ് കാലമാകുന്നതോടെ മത്തുപിടിപ്പിക്കുന്ന പരസ്യങ്ങൾകൊണ്ട് അവയുടെ വലിപ്പവും വൈവിധ്യവും

കൂടുതലാകുന്നു. വരൂ... വാങ്ങൂ... വാങ്ങിക്കൂട്ടൂ എന്ന് സാധാരണ ക്കാരനെ ഉത്തേജിപ്പിക്കുന്ന ഭ്രമാത്മകത.

സ്കൂളിലെ ടീച്ചർമാർക്ക് ഒപ്പം ജോലിചെയ്യുന്നവർക്ക് എന്തിന് പോസ്റ്റുമാനും പത്രം കൊണ്ടിടുന്നയാൾക്കും വരെ സമ്മാനം കൊടു ക്കുകയെന്നത് നാട്ടുനടപ്പാണ്. ഇതിനെ മുതലെടുത്തുകൊണ്ടുള്ള പരസ്യം. 'എന്തു വാങ്ങണമെന്നു തീർച്ചയില്ലാത്തവർക്കു വേണ്ടിയുള്ള സമ്മാനങ്ങൾ' എന്ന വാചകത്തിൽ തുടങ്ങുന്നു. മോഹിച്ചിരുന്നതും ഇഷ്ടപ്പെട്ടതുമായ സമ്മാനം കിട്ടാത്തതിൽ പരിഭവിപ്പിക്കുന്നവർക്കു വേണ്ടിയും പരസ്യമുണ്ട്: "ഈ ക്രിസ്തുമസ്സിന് നിങ്ങൾക്കുവേണ്ടത് നിങ്ങൾതന്നെ വാങ്ങുക." ഇഷ്ടപ്പെട്ട സാധനം മറ്റൊരാൾ തരുമെന്നു പ്രതീക്ഷിക്കുകയും അതു കിട്ടാതാവുകയും ചെയ്യുന്നതിനേക്കാൾ നല്ല തല്ലേ അതു സ്വയം സമർപ്പിക്കുന്നത്!

ക്രെഡിറ്റ് കാർഡുകളുടെ പരിധിയെത്തുന്നതുവരെ സാധനങ്ങൾ വാങ്ങുന്നവരാണ് കൂടുതൽ പേരും. നടുവൊടിക്കുന്ന കടത്തിലേക്ക് വടക്കേഅമേരിക്കക്കാർ കൂട്ടത്തോടെ ചെന്നുപെടുന്നു. കഴിഞ്ഞവർഷം കാനഡക്കാർ ഡിസംബറിൽ ചിലവാക്കിയത് 34.5 ബില്യൻ കനേഡിയൻ ഡോളറാണത്രെ. അതിനു മുമ്പത്തെ വർഷത്തേക്കാൾ 6.9% കൂടുതൽ. ഇത് ഓരോ വർഷം കഴിയുംതോറും കൂടിവരുന്നു. മദ്യം ഏറ്റവുമേറെ വില്ക്കപ്പെടുന്നതും ഈ സമയത്തുതന്നെ.

പൊതുസംസാരം ക്രിസ്തുമസ് ഷോപ്പിംഗിനെപ്പറ്റി മാത്രമായി ചുരു ങ്ങിയിരിക്കുന്നു. ഇനി എത്ര ഷോപ്പിംഗ് മണിക്കൂറുകൾ അവശേഷി ച്ചിട്ടുണ്ടെന്ന് റേഡിയോക്കാർ നിരന്തരം ഓർമ്മിപ്പിക്കുന്നുമുണ്ട്. കട കളിലെ തിരക്ക് ക്രിസ്തുമസ് അടുക്കുംതോറും വർദ്ധിച്ചുകൊണ്ടി രിക്കും. ഈ സമയത്ത് കടകൾ പാതിരാവോളം തുറന്നിരുന്ന് മിഡ്നൈറ്റ് മാഡ്നസ്, മൂൺലൈറ്റ് മാഡ്നെസ് എന്നൊക്കെ പേരുകൊടുത്ത് ആദായ വില്പന നടത്താറുണ്ട്. ഷോപ്പിംഗ് സെന്ററിൽ ഉത്സവത്തിന്റെ തിര ക്കാണീ മാസം മുഴുവനും.

ഇവിടെ ആളുകൾ ഏറ്റവുമേറെ മാനസിക പിരിമുറുക്കം അനുഭവി ക്കുന്ന കാലമാണ് ഡിസംബർ. നിറഞ്ഞു കവിയുന്ന ഷോപ്പിംഗ് സെന്റ റിലെ പാർക്കിംഗ് ലോട്ടിൽ ഒരു സ്ഥലം കണ്ടുപിടിക്കുന്നതു മുതൽ ക്രിസ്തുമസ് സദ്യ തയ്യാറാക്കുന്നതുവരെ ഇതു തുടരുന്നു. ഈ തിരക്കി നിടയിൽ റോഡുകളിലും യാത്രക്കാർക്കു പരസ്പര സ്പർദ്ധ വർദ്ധി ക്കുന്നതു കാണാം.

വേണ്ടാത്ത സാധനങ്ങൾ കിട്ടുന്നത് ഒഴിവാക്കാനായി ആവശ്യമുള്ള സാധനങ്ങളുടെ ലിസ്റ്റ് മറ്റുള്ളവരെ ഏല്പ്പിക്കുന്നതും ഇവിടെ സാധാരണമാണ്. കുട്ടികൾ ചെറുപ്പത്തിലേ ഇതു ശീലിച്ചുവരുന്നതുകൊണ്ട് അതിൽ അപാകതയൊന്നും അവർ കാണുന്നില്ല. സ്കൂളിലും ക്രിസ്തുമസ് തന്നെ വിഷയം. കിട്ടാൻ പോകുന്ന സമ്മാനങ്ങളെപ്പറ്റി, പുതിയ കളിപ്പാട്ടങ്ങൾ, അവയുടെ വില്പന നിലവാരം അങ്ങനെ കച്ചവടത്തിന്റെ അലകൾ കുട്ടികൾക്കിടയിലും പരക്കുന്നുണ്ട്.

വീഡിയോഗെയിമുകളാണ് സമ്മാനങ്ങളിൽ ഏറ്റവും പ്രിയമായിട്ടുള്ളത്. ഓരോ വർഷവും ക്രിസ്തുമസ്സിനു തൊട്ടു മുമ്പ് പുതിയ തരം ഗെയിം സിസ്റ്റങ്ങൾ ഇറങ്ങുകയും അതൊക്കെ മിക്കവാറും ഡിസംബർ പാതിയോടെ വിറ്റുതീരുകയും ചെയ്യാറുണ്ട്. നവംബർ മുതൽ ഉണ്ണിയും കുഞ്ഞുണ്ണിയും സാന്റാക്ലോസിനു ഡിമാന്റുകൾ വയ്ക്കും. പക്ഷേ, പുതിയൊരു പരസ്യപുസ്തകം വരുമ്പോൾ ഇഷ്ടം മാറിപ്പോകുന്നതോടെ പാവം സാന്റാക്ലോസിനു കൺഫ്യൂഷനാവും!

വ്യാപാരികളുടെ ലാഭക്കൊയ്ത്തിനും തൊഴിലാളികളുടെ അമിതാധ്വാനത്തിനും സാധാരണക്കാരന്റെ അന്തമില്ലാത്ത ചിലവുകൾക്കും വൃഥാവാകുന്ന ഒരുപാടു ഭക്ഷണത്തിനുമിടയ്ക്ക് ക്രിസ്തു പലപ്പോഴും പൂർണ്ണമായും വിസ്മരിക്കപ്പെടുന്നു. ക്രിസ്തുമസ്സിൽനിന്നും ക്രിസ്തുവിനെ എടുത്തുമാറ്റി ഷോപ്പ്മസ് എന്നാക്കി മാറ്റണം ഈ ആഘോഷത്തെ എന്നു തോന്നാറുണ്ട്.

മലയാളിക്കൂട്ടങ്ങളും മുടങ്ങാതെ ക്രിസ്തുമസ് ആഘോഷിക്കുന്നുണ്ട്. അമ്മമാരുടെ പട്ടുസാരി മടക്കിച്ചുറ്റിയ രാജാക്കന്മാർ, ചുരിദാറിന്റെ ടോപ്പിട്ട് നടുവിലൊരുകെട്ടുമായി ആട്ടിടയർ, ചിറകുകൾ ഫോയിൽ പേപ്പറിൽ പൊതിഞ്ഞ മാലാഖമാർ - പരിപാടിക്കുമുമ്പ് ഇവരൊക്കെ കാറിൽ വന്നിറങ്ങുന്നതു കാണാം. കാണികൾ ബേത്ലഹേമിലേക്കു കൂട്ടിക്കൊണ്ടുപോവാൻ. കാണികളെ പക്ഷേ, ഏറ്റവും പകിട്ടുള്ള സാരി, പാർട്ടിയുടുപ്പ്, പുതുപുത്തൻ സൂട്ട്, തിളങ്ങുന്ന ഷൂസുകൾ, കണ്ണഞ്ചിപ്പിക്കുന്ന ആഭരണങ്ങൾ - ഇവയൊക്കെ അണിഞ്ഞവരാവും. ഇതൊഴിവാക്കി ക്രിസ്തുവിന്റെ ജനനത്തെ ഉൾക്കൊള്ളാൻ ബേത്ലഹേമിലെ അഞ്ചു ഡിഗ്രി തണുപ്പിലൂടെ ഒരു കിലോമീറ്റർ നടക്കുന്നതിടയ്ക്കൊക്കെ സങ്കല്പിച്ചുനോക്കാറുണ്ട്.

ദിവസങ്ങളുടെ ദൈർഘ്യം കുറഞ്ഞുവരികയാണ്. ദക്ഷിണായനത്തിന്റെ അവസാനമായ ഡിസംബർ 21-ാം തീയതിയാണ് ഏറ്റവും നീളം കുറഞ്ഞ ദിവസം. അന്ന് കഷ്ടിച്ച് ഒമ്പതു മണിക്കൂറേ സൂര്യനുണ്ടാവൂ.

ഈ ദിവസമാണ് ശിശിരത്തിന്റെ തുടക്കമായി വച്ചിരിക്കുന്നതെങ്കിലും ആദ്യത്തെ മഞ്ഞുവീഴ്ചയും അതിനടുത്തയാഴ്ച ഫ്രീസിംഗ് റെയ്ൻ എന്ന ഐസുമഴയുമായി ഈ വർഷം ശിശിരം നവംബറിലേ എത്തി. 680 അപകടങ്ങളും രണ്ടു മരണവും ടൊറന്റോയിക്കു നല്കിക്കൊണ്ടായിരുന്നു കന്നി പ്രകടനം.

വീണ മഞ്ഞൊക്കെ ഉരുകിപ്പോയിരിക്കുന്നു. ക്രിസ്തുമസ് പൂർണ്ണമാവണമെങ്കിൽ കുറച്ചു മഞ്ഞുകൂടി വേണം. വെള്ള പുതച്ച നിരത്തുകളും സ്തൂപികാഗ്രവൃക്ഷങ്ങളും ചേരുമ്പോഴേ പ്രകൃതി ക്രിസ്തുമസ്സിനു വേണ്ടി ചിത്രമനോഹരമാവൂ. അതുകൊണ്ട് വടക്കേ അമേരിക്കക്കാർ വൈറ്റ്-ക്രിസ്തുമസ്സിനായി കാത്തിരിക്കുന്നു.

ഇരുപത്തിനാലാം തീയതി രാത്രി ഉറക്കംവരാൻ ബുദ്ധിമുട്ടാണ്. പിറ്റേന്നു കാലത്തുണർന്നു നോക്കുമ്പോൾ ട്രീക്കടിയിൽ ഉണ്ടാവുന്ന സമ്മാനങ്ങളെക്കുറിച്ചോർത്തിട്ട് ഉണ്ണിവർഗത്തിന് ഉറങ്ങാൻ സാധിക്കാറില്ല.

സാന്റാക്ലോസ് ലോകത്തിലുള്ള കുട്ടികളുടെയെല്ലാം പേര് രണ്ടു ലിസ്റ്റായി തിരിച്ചിട്ടുണ്ട്. ഒന്ന് നല്ല കുട്ടികളുടേത്, അവർക്കൊക്കെ നല്ല സമ്മാനങ്ങൾ കിട്ടും. രണ്ടാമത്തേത് വികൃതിക്കുട്ടികളുടേത്. അവർക്ക് കളിപ്പാട്ടത്തിനു പകരം ഒരു കെട്ടു കൽക്കരി. ഉണ്ണിക്കും കുഞ്ഞുണ്ണിക്കുംവേണ്ടി "ലംബ് ഓഫ് കോൾ" പ്രത്യേകം ഓർഡറു ചെയ്തിട്ടുണ്ടെന്ന് ഇടയ്ക്കൊക്കെ പറഞ്ഞുനോക്കും.

ഇരുപത്തിനാലാം തീയതി രാത്രി കാത്തിരിപ്പിന്റെ അക്ഷമകൊണ്ട് ഉറങ്ങാൻ വൈകി. പിറ്റേന്നു രാവിലെ എഴുന്നേല്ക്കാൻ ഉണ്ണിക്കു ബുദ്ധിമുട്ട്.

-നിന്റെ ലംബ് ഓഫ് കോൾ ഞങ്ങളിപ്പൊ തുറക്കും!

ഭീഷണി കേട്ടതും ഉണ്ണി പല്ലുതേക്കാൻ ഓടി. സാന്റാക്ലോസിന്റെ നല്ല ലിസ്റ്റിൽ അബദ്ധത്തിൽപോലും പെടില്ലെന്നു കരുതിയിട്ടോ അദ്ദേഹത്തിലുള്ള അമിത വിശ്വാസംകൊണ്ടോ കുഞ്ഞുണ്ണിക്കും കുലുക്കമില്ല.

-എന്റെ ലംബ് ഓഫ് കോൾ ആരും തൊട്ടുപോകരുത്!

എന്നാലും എല്ലാവർഷവും വിശാലഹൃദയനായ സാന്റാക്ലോസ് ആശിച്ച സമ്മാനങ്ങളൊക്കെ കൊണ്ടുവരാറുണ്ട്. അത് എന്നും വസൂലാക്കുന്ന ഇരുപത്തിനാലു കാരറ്റ് ഉമ്മകൾക്കു പകരമാവും.

അങ്ങനെ ആണ്ടറുതി എത്തിയിരിക്കുന്നു. വീണ്ടും വെളുവെളുത്ത ജനുവരിയും പ്രണയം പൂക്കുന്ന ഫെബ്രുവരിയും....

ഭാഗം മൂന്ന്

# പ്രവാസിയുടെ കാല്പാടുകൾ

ഒന്ന്

# നിശ്ശബ്ദതയുടെ താഴ്‌വര

കഴിഞ്ഞ അവധിക്ക് കേരളത്തിലെത്തിയപ്പോൾ സൈലന്റ്‌വാലി കാണിക്കാൻ നല്ല പരിചയമുള്ള ഒരു ബന്ധുവുണ്ട് വരുന്നോ എന്ന് കാനഡയിൽ നിന്നുതന്നെയുള്ള ഒരു സുഹൃത്തിന്റെ ടെലഫോൺ സന്ദേശം കിട്ടിയതും പെട്ടിയടുക്കി പുറപ്പെട്ടു. അട്ടപ്പാടിയിലെത്തിയിട്ട് മുക്കാലിയിലേക്ക് പോവുക. അവിടെനിന്നും കൽക്കണ്ടിയിലേക്ക്. കൽക്കണ്ടിയിലെ ഹോട്ടൽ സുരേഷിൽ സാജൻ എന്ന 'ഗൈഡ്' കാത്തു നില്പുണ്ടാവും. വളരെ എളുപ്പം.

മലകയറാൻ നവവരൻ എബിക്കും എബിയുടെ പുതുപുത്തൻ ക്വാളിസിനും മടിയുണ്ടായിരുന്നില്ല. കേട്ടറിവു മാത്രമുള്ള സ്ഥലങ്ങളുടെ ഭംഗി ഉൾക്കൊണ്ട് മുക്കാലിയിലെത്തി. മൂന്നു വഴികൾ ചേരുന്നിടം മുക്കാലിയെന്ന യുക്തി മനസ്സിലാക്കി വഴിചോദിച്ച് കൽക്കണ്ടിയിലേക്കു പുറപ്പെടുമ്പോൾ ഉച്ച കഴിഞ്ഞിരുന്നു.

കൂടുതൽ ചെടികളും കുറച്ചു മനുഷ്യരുമായിട്ടൊരു ലോകം പരിചയിച്ച സ്ഥലങ്ങളിൽനിന്നും വ്യത്യസ്തം. പ്രായവും പൊക്കവും കൂടിയ മരങ്ങൾക്ക് ഗാംഭീര്യത്തേക്കാളേറെ വാത്സല്യമാണെന്നു തോന്നി. കാടിൽനിന്നും കണ്ണുപറിച്ച് ഹോട്ടലിൽ സുരേഷിന്റെ ബോർഡുനോക്കിയിരുന്നു. വഴിയിൽ കണ്ടവരോടൊക്കെ ചോദിച്ച് ഒടുക്കം ഒരു ചെറിയ വഴിയരികിൽ വണ്ടിനിർത്തി. അടുത്തുകണ്ട കടയിൽ പോയന്വേഷിച്ച ഭർത്താവ് ചെവിമുതൽ ചെവിവരെ ചിരിച്ചുകൊണ്ടു മടങ്ങിവന്നു.

–ഹോട്ടൽ സുരേഷിന്റെ മുമ്പിലാണു നമ്മളിപ്പോൾ!

ആറു മേശയും കസേരകളുമുള്ള ചെറിയ ചായക്കടയ്ക്കു മുന്നിൽ പെയിന്റ് പാതിയും മാഞ്ഞ ബോർഡു തൂങ്ങിക്കിടപ്പുണ്ട്. 'ഹോട്ടൽ സുരേഷ്'. കാനഡയിൽനിന്നും വന്നിരിക്കുന്ന കുടുംബത്തോടൊപ്പം

ഹോട്ടൽ സുരേഷിലായിരിക്കും താമസിക്കുക എന്ന് മനക്കണക്കു കൂട്ടിയത് അമ്പെ തെറ്റിയിരിക്കുന്നു.

ഫോൺ വിളിച്ചതും സുഹൃത്ത് വണ്ടിയുമായി വന്നു. ജീപ്പിൽ നിന്നിറങ്ങിയ കാനഡക്കാരനെക്കണ്ട് എബി അമ്പരന്നുപോയി. കാവിമുണ്ടും കാവിജുബ്ബയും വള്ളിച്ചെരിപ്പുമായിട്ടൊരാൾ. വേഷം അമേരിക്കനല്ലെങ്കിലും ഉത്തരയമേരിക്കയിലെ ഒരുപാടു കാടും മലകളും ഒന്നിച്ചു താണ്ടിയ മുഖം കണ്ടതോടെ യാത്രക്കാർക്കു സമാധാനമായി. കുറഞ്ഞ പക്ഷം ഹോട്ടൽ സുരേഷിൽ ഒറ്റയ്ക്കു കിടന്നുറങ്ങേണ്ടല്ലോ!

എബി ഭർത്താവിനെ തോണ്ടി വിളിച്ച് അരികിലേക്ക് മാറ്റിനിർത്തി പറഞ്ഞു.

-സാർ ഞാൻ പാലക്കാട്ട് കൊണ്ടാക്കാം.

-അതിന്റെ ആവശ്യമില്ല, ദേ റോണി വന്നല്ലോ!

വന്നയാളെ തീരെ പിടിക്കാത്ത മട്ടിൽ അടിമുടി നോക്കി എബി വീണ്ടും പറഞ്ഞു.

-പാലക്കാട്ട് എനിക്കു പരിചയമുള്ള ഹോട്ടലുകളുണ്ട്. എവിടെയെങ്കിലും മുറി ശരിയാക്കിത്തരാം.

എബിയെ പറഞ്ഞാശ്വസിപ്പിച്ച് തിരിച്ചയക്കാൻ ബുദ്ധിമുട്ടേണ്ടിവന്നു. എന്നിട്ടും ഈ അമേരിക്കൻ കൊച്ചമ്മയും മക്കളും എങ്ങനെ രക്ഷപ്പെടുമെന്നോർത്ത് മനസ്സില്ലാമനസ്സോടെയാണ് അയാൾ മടങ്ങിയത്.

സൈലന്റ്‌വാലി പാർക്കിനകത്ത് ടൂറിസ്റ്റുകൾക്കു താമസിക്കാൻ സൗകര്യമുണ്ട്. അവിടെ രാത്രി കഴിക്കാനായിരുന്നു പരിപാടി. പക്ഷേ, ഏതോ മന്ത്രി സന്ദർശനത്തിനെത്തുന്നതുകൊണ്ട് അവിടെ ആർക്കും താമസത്തിനനുവാദമില്ലാതെയായി.

വിടർന്ന കണ്ണുകളും മെലിഞ്ഞ ശരീരവുമുള്ള സാജൻ എന്ന 'ഗൈഡ്' വിനയത്തോടെ മുന്നിൽനിന്നു ചിരിച്ചു. സിയാച്ചിൻ മഞ്ഞുമല നിരയിൽ 1,85,000 അടി ഉയരത്തിലുള്ള ഖാർതുംഗല ചുരം ബൈക്കിൽ ചുറ്റിക്കറങ്ങിയ ആദ്യത്തെ മലയാളിയായ ജേക്കബ് വർഗ്ഗീസ് എന്ന ചരിത്രപുരുഷനാണ് ഈ സാജൻ എന്ന് അപ്പോഴാണറിയുന്നത്. 2001 ജൂണിൽ തന്റെ ബുള്ളറ്റിൽ പാലക്കാട്ടുനിന്നും പുറപ്പെട്ട ഇദ്ദേഹം ഒറ്റയ്ക്കാണ് മുംബൈ, ഡൽഹി, ഷിംല, ജമ്മു, മദ്രാസ് വഴി ഖാർതുംഗല താണ്ടി ചരിത്രം കുറിച്ചത്. സാജന്റെ സഹോദരിയുടെ വീട് അവിടെ ഒഴിഞ്ഞു കിടക്കുകയാണ്. അവിടെയാണ് നാടുകാണാനിറങ്ങിയ മറ്റുള്ളവർ.

ഭംഗിയുള്ള ചില സ്ഥലങ്ങളൊക്കെ കണ്ടു കറങ്ങി ചെന്നെത്തിയത് ആൾപ്പാർപ്പില്ലാത്ത ഒരു കുന്നിന്റെ മുകളിൽ പനമ്പുകൊണ്ടുണ്ടാക്കിയ ഒരു കുടിലിനു മുന്നിലാണ്. കുന്നിന്റെ പേരു ചോദിച്ചപ്പോൾ അതിനു പ്രത്യേകിച്ചു പേരില്ലെന്നും അത് സാജന്റെ കുടുംബസ്വത്താണെന്നും അറിഞ്ഞു. അതുകൊണ്ട് ആൽബത്തിലെ ചിത്രത്തിനു നല്കിയിരിക്കുന്ന പേര് സാജൻ കുന്നെന്നാണ്.

അവിടെ നിന്നുനോക്കിയാൽ ആദിവാസികളുടെ ദൈവം കുടികൊള്ളുന്ന മല്ലീശ്വരി മലകാണാം. സാജന്റെ വഴികാട്ടിയും അടുത്ത സുഹൃത്തുമാണ് ആദിവാസിയായ മാമന. മാമനയോടൊപ്പം കാട്ടിലൂടെ നടക്കുന്നതും കാട്ടാനകളെ അടുത്തു കാണുന്നതും സാജന്റെ വിനോദങ്ങളിലൊന്നാണ്. മലയിറങ്ങി കുന്നിറങ്ങി മിനിറ്റുകൾകൊണ്ട് മാമന ഒരു സ്ഥലത്തുനിന്നും മറ്റൊരു സ്ഥലത്തെത്തുന്ന അത്ഭുതത്തിൽ മിഴിച്ചിരുന്നുപോയി. കുന്നിനു മുകളിൽ കുടിലുകെട്ടാൻ സഹായിച്ചതും സാജന്റെ ഈ വിശ്വസ്ത സുഹൃത്തുതന്നെ.

രാത്രിയുറക്കം അവിടെയാകാം എന്നുറപ്പിച്ചു. ഏറെ വൈകുന്നതുവരെ പാട്ടും കഥപറച്ചിലുമെല്ലാം കഴിഞ്ഞ് ഏഴു വലിയവരും ഏഴു കുട്ടികളും ആർഭാടമായി ആ കുടിലിൽ കിടന്നുറങ്ങി.

പിറ്റേന്ന് സൈലന്റ്‌വാലി പാർക്കു കാണുക എന്ന ചിരകാല സ്വപ്നത്തിലേക്കിറങ്ങി. ആ പ്രദേശത്തിന് ആ പേരു വരാൻ കാരണം ചീവീടുകൾ ഇല്ലാത്തതുകൊണ്ടാണെന്നും അവിടെ കാണപ്പെടുന്ന അപൂർവ്വ ജീവജാലങ്ങളെപ്പറ്റിയുമെല്ലാം സാജൻ വിശദമായി പറഞ്ഞുതന്നു. ജീവിച്ചിരിക്കുന്ന ഇതിഹാസം എന്ന വന്മരത്തിന്റെ പൊത്തുകളിൽ എല്ലാവരും ആവേശത്തോടെ കയറിയിറങ്ങി. കുറച്ചു കഴിഞ്ഞപ്പോഴാണ് ശരീരത്തിൽ പലയിടത്തും ചോരകുടിയന്മാരായ അട്ടകൾ കടിച്ചുതൂങ്ങിയിരിക്കുന്നതു കാണുന്നത്. അരിച്ചുപെറുക്കി നോക്കി കുറെയേറെ അട്ടകളെ എടുത്തുകളഞ്ഞു. പക്ഷേ, ഏറെ നേരം കഴിഞ്ഞ് പലരുടേയും വസ്ത്രങ്ങളിൽ ചോരപടരുന്നതു കണ്ടപ്പോഴാണറിഞ്ഞത് കണ്ടുപിടിക്കപ്പെടാതിരുന്നവ രക്തം കുടിച്ചു വീർത്ത് തനിയെ വിട്ടു പോയ കാര്യം.

ഒരു എട്ടുകാലിയെ കണ്ടാൽ പരിഭ്രമിക്കുന്ന ചെറിയ നാലു കനേഡിയൻ പൗരരും ബാംഗ്ലൂർ ജീവിതത്തിന്റെ സുഖസൗകര്യത്തിൽ നിന്നും വന്ന അതിസൗന്ദര്യമുള്ള മൂന്നു പളുങ്കു കുട്ടികളുമുണ്ട് ഭൂമിയുടെ അവകാശികൾക്ക് രക്തദാനം നടത്തിയവരിൽ. അവരിൽ ആർക്കും പക്ഷേ, പരിഭ്രമവും പരാതിയും കണ്ടില്ല. സിംഹവാലൻ

കുരങ്ങനെ വിളിച്ചാൽ കൂടെ വരുമോ, ആന റൈഡു ചോദിച്ചാലെന്തു ചെയ്യും. സാജനങ്കിളിന്റെ ട്രീഹൗസിൽ (കാവൽ മാടം) വെക്കേഷൻ മുഴുവനങ്ങു തീർത്താലോ എന്നൊക്കെയുള്ള ഗൗരവചർച്ചയിലായിരുന്നു അവർ. തലതിരിഞ്ഞ അച്ഛനമ്മമാരുള്ളതുകൊണ്ടാവും കാട്ടുവഴികളും ചൂടും വിയർപ്പും ഫൺപാർക്കുപോലെതന്നെ അവർക്കു ശീലമാണ്. പൊക്കം കുറഞ്ഞൊരു സുന്ദരിമരം കണ്ടുപിടിച്ച് അവരതിൽ കയറിപ്പറ്റി.

പാർക്കിൽ നിന്നുമിറങ്ങിക്കഴിഞ്ഞ് കളിക്കാനും കുളിക്കാനുമായി ചിണ്ടക്കിയിലൊരിടത്ത് ഭവാനിപ്പുഴയിലേക്കാണ് സാജൻ കൊണ്ടുപോയത്. മനുഷ്യർ മലിനമാക്കാത്ത നല്ലൊരിടം. വെള്ളത്തിനു കുളിർമ, പാറകൾക്കു വിശുദ്ധി. ഭവാനിപ്പുഴ ചെറുചിരി തൂകിയും ഇടയ്ക്ക് പൊട്ടിച്ചിരിച്ചും എല്ലാവരേയും വിശുദ്ധരാക്കി. കുളിക്കാൻ സോപ്പും ഷാമ്പൂവും ഉറച്ച പൂട്ടുള്ള കുളിമുറിയും വേണമെന്ന ശാഠ്യമില്ലാതെ നാലു സ്ത്രീകളും സംതൃപ്തരായി.

ഊണ് സുരേഷ് ഹോട്ടലിൽ, അവിടുത്തെ എല്ലാ മേശകളും നിറഞ്ഞപ്പോൾ അധികം വന്നവർ അടുക്കളയിലേക്കു കയറി. ജോലിക്കാരെ അമ്പരപ്പിച്ചുകൊണ്ട് അവർ വിഭവങ്ങളെപ്പറ്റി അന്വേഷിച്ചു വിളമ്പാൻ സഹായിച്ചു. രണ്ടു മാസത്തേക്കു കരുതിവച്ചിരുന്ന അരിസാമാനങ്ങളൊക്കെ ആ രണ്ടുദിവസംകൊണ്ടു കാലിയായിരുന്നിരിക്കണം!

പരദേശത്തുനിന്നും വന്നിരിക്കുന്ന അതിഥികൾക്ക് ഇതൊക്കെ ഇഷ്ടപ്പെടുന്നുണ്ടോ എന്ന് സാജൻ പലതവണ മാപ്പു പറയുന്നതുപോലെ അന്വേഷിച്ചു. ഉത്തരം മൂന്നു വയസ്സുകാരി മുതൽ അറുപതുകാരൻ വരെയുള്ളവരുടെ മുഖത്തു വായിക്കാമായിരുന്നു. സ്വന്തമായിട്ടൊരു കുടിൽ, കുന്ന്, ജീപ്പ്, മോട്ടോർ സൈക്കിൾ, വാതിലും ജനലുമുള്ള ട്രീഹൗസ് ഒക്കെയുള്ള അങ്കിളിനെ കുട്ടികൾക്കും പിടിച്ചുപോയി.

ഒടുക്കം യാത്രപറയുമ്പോൾ നന്ദിപറയാൻ വാക്കുകളില്ലാതെ എല്ലാവരും പരുങ്ങി. അതിമനോഹരമായ ഒരവധിക്കാലം സൗജന്യമായി തന്നതിന് എന്താണു പകരം കൊടുക്കുക. വിലയിടാവുന്ന ഒന്നല്ലായിരുന്നു അത്. പക്ഷേ, വലിയൊരു കടം മനസ്സിൽ തൂങ്ങി. വെറുമൊരു നന്ദി വാക്കിലൊതുക്കാവുന്ന കാര്യങ്ങളല്ല ബന്ധുവിന്റെ മുൻപരിചയമില്ലാത്ത സുഹൃത്തിനുവേണ്ടി ഈ മനുഷ്യൻ ചെയ്തുതന്നിരിക്കുന്നത്. ഒരു റിസോർട്ടിലും കിട്ടാത്ത അനുഭവമാണിത്.

അഫ്ഗാനിസ്ഥാൻ തുർക്കി വഴി യൂറോപ്പു മുഴുവൻ ബുള്ളറ്റിൽ സഞ്ചരിക്കുകയാണ് സാജന്റെ അടുത്ത പരിപാടി. അതിനുള്ള തയ്യാറെടുപ്പിലായിരുന്നു സാജനപ്പോൾ. കാനഡക്കു മടങ്ങുന്ന വഴി പ്ലയിനിലിരുന്നപ്പോഴാണ് ആശയമുദിച്ചത്.

–സാജന് ഒരു ജി.പി.എസ്.* വാങ്ങി അയച്ചുകൊടുത്താലൊ?

ഭൗതിക വസ്തുക്കളിൽ താല്പര്യമില്ലാതെ ഊരുചുറ്റുന്ന ഈ യുവയോഗിക്ക് അത് ഉപകരിച്ചേക്കുമെന്നു തോന്നി.

ആശയം കൊള്ളാം. പക്ഷേ, ഏതഡ്രസ്സിലാണ് ഇതെത്തിക്കുക?

–സാജൻ, സുരേഷ് ഹോട്ടൽ, കൽക്കണ്ടി, അട്ടപ്പാടി എന്നെഴുതി അയച്ചാൽ ധാരാളം!

തമാശയായിട്ടാണതു പറഞ്ഞതെങ്കിലും സംഗതി സത്യമാണ്.

ഖാർതുംഗല ചുരത്തേയും കാട്ടുകൊള്ളക്കാരേയും രാജസ്ഥാൻ മരുഭൂമിയേയും കാഷ്മീർ തണുപ്പിനേയും ഒരു ബുള്ളറ്റിൽ മറികടന്ന സാഹസികരാജാവ് തൃപ്പൂണിത്തുറയിൽവച്ച് ബൈക്കപകടത്തിൽ മരിച്ചെന്ന വാർത്തയാണ് ജനുവരിയിൽ അറിഞ്ഞത്.

ജി.പി.എസ്സിനു അടയാളപ്പെടുത്താനാവാത്ത അകലത്തേക്ക് സാജൻ യാത്രപോയെന്ന് ഇപ്പോഴും വിശ്വസിക്കാൻ വയ്യ. മൂവാറ്റുപുഴയിലെ വീരുവേലിൽ വീട്ടിൽ ഒറ്റപ്പുത്രനെ ഓർത്തു വിങ്ങുന്ന മെഴുകുതിരിനാളത്തെയോർത്ത് ഇടയ്ക്കൊക്കെ നെഞ്ചിൽ ആട്ടുകല്ലു കരകര തിരിയാറുണ്ട്.

സൈലന്റ്‌വാലി എന്ന പേര് ചെറുപ്പം മുതൽ സൗന്ദര്യത്തിന്റേയും കവിതയുടേയും ചിത്രങ്ങളാണ് മനസ്സിൽ വരച്ചിരുന്നത്. പക്ഷേ, ഇപ്പോൾ സൈലന്റ്‌വാലിയെക്കുറിച്ച് ഓർക്കുമ്പോഴൊക്കെ വിടർന്ന കണ്ണുകളും മെലിഞ്ഞ ശരീരവും പ്രപഞ്ചത്തേക്കാളും വിശാലമായ മനസ്സുള്ളൊരു മനുഷ്യനാണു കൺമുന്നിൽ വരുന്നത്. ഉള്ളിലുറഞ്ഞുപോയ നിശ്ശബ്ദമായൊരു തേങ്ങലായിരിക്കുന്നു സൈലന്റ്‌വാലി ഇപ്പോൾ.

* ഗ്ലോബൽ പൊസിഷനിംഗ് സിസ്റ്റം.

രണ്ട്

## എനിക്കുമൊരു പൂങ്കാവനം!

സ്മരണയെഴുത്തുകളുടെ വേലിയേറ്റം മലയാള സാഹിത്യത്തെ(?) പിന്നിൽനിന്നു കെട്ടിപ്പിടിക്കുന്നുവെന്നു തോന്നാറുണ്ട്. സ്മരിക്കാൻ വേണ്ടി ബഷീറിനെ നാട്ടിൽവച്ചൊന്നും ഞാൻ കണ്ടിട്ടില്ല.

കാണാറുള്ളത് കാനഡയിലാണ്. ആദ്യമായി കണ്ടത് ഇപ്പോഴും കൃത്യമായി ഓർമ്മയുണ്ട്. മോൺട്രിയോളിലെ ഒരു ശീതകാലത്ത് പ്ലാസ് -ബോണാവഞ്ചൂറിലെ എസ്കലേറ്ററിൽ വച്ചായിരുന്നു അത്. ഒരു പീരങ്കി കിട്ടിയിരുന്നെങ്കിൽ മുന്നിൽ കാണുന്നവരെയൊക്കെ ഒറ്റയടിക്കു പുക യ്ക്കാമായിരുന്നു എന്നുള്ള ക്രിയാത്മക ചിന്തയുമായി എസ്കലേറ്ററിൽ പ്രപഞ്ചം മറന്നങ്ങനെ നിന്നുകൊടുത്തു. സാധാരണ ഓടിക്കയറാറുള്ള എസ്കലേറ്റർ പുറന്തള്ളുന്നതുവരെ അനങ്ങില്ലെന്ന വാശിയിൽ.

അപ്പോഴാണ് സുൽത്താൻ പിന്നിൽനിന്നു വിളിച്ചത്. 'ഹോയ്' എന്ന്. തിരിഞ്ഞുനോക്കുമ്പോൾ ഷർട്ടിടാതെ ഉത്തരീയം എസ്കലേറ്ററിലൂടെ വലിച്ചിഴച്ച് നീളൻ കൈനീട്ടി വിളിക്കുന്നു. അന്തിച്ചുപോയി. ഇയാളെന്താ ഇവിടെ?

-ബേജാറാവണ്ട!

-എന്തോന്നു ബേജാറ്?

പിന്നെ പൊക്കക്കാരൻ കാക്ക കൂടെക്കൂടി. കാഫ്രിച്ചിക്കെന്താണു സൂക്കേടെന്നു ചോദിച്ച 'ന്റെ കരളില് ബേദന' എന്ന ഉത്തരമാണു പ്രതീക്ഷിച്ചതെന്നറിഞ്ഞുകൊണ്ടു പ്രതികരിച്ചു.

-എന്റെ ആത്മാവിൽ വിരകളുടെ കടന്നാക്രമണം.

-ഭാഷ വളരെ മോശം!

സുൽത്താന്റെ ആദ്യത്തെ അധിക്ഷേപം. അന്നു കുറച്ചേറെ നേരം വർത്തമാനം പറഞ്ഞു. പ്ലാസ്-ബോണാവഞ്ചൂരിൽനിന്നും ബസ്സിൽ കയറി ബ്രൊസാഡുവരെ കൂടെ വന്നു. പിന്നെ പീരങ്കിയൊക്കെ അറു

പഴഞ്ചനാണെന്നു പറഞ്ഞു പരിഹസിച്ച് എന്റെ സ്റ്റോപ്പെത്തുന്നതിനു മുമ്പ് ബസ്സിറങ്ങിപ്പൊയ്ക്കളഞ്ഞു. മഞ്ഞിൽ ബൂട്സിന്റെ പാടുകൾ വീഴ്ത്തി പാത വിളക്കിന്റെ നിഴലുകളുടെ നീളമളന്നു നടക്കുമ്പോഴേ നിശ്ചയിച്ചതാണ്. ഇനി കാണുമ്പോൾ ശരിക്കും കൊടുക്കുന്നുണ്ട്.

അടുത്ത തവണ വന്നപ്പോൾ കുറുക്കന്റെ ധർമ്മം കൂവുകയല്ലേ അതിനെ താമ്രപത്രം കൊണ്ടെറിയുന്നത് ഒരു നല്ല മുസൽമാനു യോജിച്ചതാണോ എന്നു ചോദിച്ചു നാണിപ്പിച്ചു കളഞ്ഞു. അങ്ങനെ ഇടയ്ക്കൊക്കെ വരും. പറ്റുന്നത്ര അധിക്ഷേപിക്കും. പ്രത്യേകിച്ച് കത്തിയെരിഞ്ഞങ്ങനെയിരിക്കുമ്പോൾ 'തൊടങ്ങീ കൊസ്രാക്കൊള്ളിക്ക് ഹാലിളക്കം' എന്നൊരു പരിഹാസവുമായി.

–എന്നോടു മുണ്ടണ്ട

എന്നു പറഞ്ഞാൽ മൂപ്പർ പിന്നെ മിണ്ടില്ല. എല്ലാവരും ഉറങ്ങിക്കഴിഞ്ഞ സമയമാണെങ്കിൽ ഊണുമേശക്കരികിൽ ഞങ്ങൾ രണ്ടാളും ഒന്നും മിണ്ടാതെയിരിക്കും. ഒരു ചായ വേണോ എന്നു ചോദിക്കാൻ തോന്നിയിട്ടുണ്ട്. പക്ഷേ, ടെട്‌ലിയുടെ വട്ടത്തിലുള്ള ചായപ്പൊടി പാക്കറ്റിട്ടെടുത്ത വെള്ളത്തിനെ ചായയെന്നു വിളിക്കാനുള്ള ഭയം കൊണ്ട് ഇതേവരെ ചോദിച്ചിട്ടില്ല. രണ്ടുമണി കഴിഞ്ഞാൽ വഴക്കു പറയാൻ തുടങ്ങും. പോയ്ക്കിടന്നുറങ്ങു ബഡ്ഢക്കൂസേന്നു പറഞ്ഞ് ഇറങ്ങിപ്പൊയ്ക്കളയും.

ഫാബിയുടേയും മക്കളുടേയും കാര്യം ചോദിക്കുന്നതിഷ്ടമല്ല. കോയി ക്കോട്ടെയോ കൊച്ചിയിലെയോ കാര്യം പറയാൻ ഇഷ്ടമില്ല. ആനവാരിയുടേയും സുഹറയുടേയും കാര്യങ്ങൾ പറയാറുണ്ട് നാരായണിയുടേയും. കുഞ്ഞു പാത്തുമ്മേനെ ഏതുനേരത്തും ശല്യപ്പെടുത്തരുതെന്നു ശാസിച്ചിട്ടുണ്ട്. അവളിപ്പൊ കളിക്കുട്ടിയല്ല. നാലു ക്ടാങ്ങളുടെ ഉമ്മയാണ്.

ഒരു തരി ബഹുമാനത്തോടെ ഇന്നുവരെ ഞാൻ ബഷീറിനോടു സംസാരിച്ചിട്ടില്ല. എന്തു ചെയ്യാൻ, എന്തെങ്കിലും പറഞ്ഞൊരു അധിക്ഷേപത്തിന്റെ വാലുംകൊണ്ടാവും വരവ്.

–കോലാച്ചി

വിട്ടുകൊടുക്കാൻ പാടുണ്ടോ, ഞാനും തിരിച്ചടിക്കും.

–പൊക്കക്കാരൻ കാക്ക!

ഇത്തരം സന്ദർശനത്തെപ്പറ്റി ഈ ദുനിയാവിലുള്ള ആരോടും പറഞ്ഞിട്ടു കാര്യമില്ലെന്നറിയാം. അതുകൊണ്ട് ഈ കൂടിക്കാഴ്ചകളെ പരമരഹസ്യമാക്കി വെച്ചിരിക്കുകയായിരുന്നു. കഴിഞ്ഞ വർഷമാണു

കാരശ്ശേരി മാഷിന്റെ 'ബഷീറിന്റെ പൂങ്കാവനം' എന്ന പുസ്തകം വായിക്കാൻ തരപ്പെട്ടത്. അതിലെ സൂഫിയുടെ കാൽപ്പാടുകൾ വായിച്ചപ്പോൾ അന്തം വിട്ടുപോയി - നബിയും അലിയുംകൂടി ബഷീറിനെ കാണാൻ ഇടയ്ക്കൊക്കെ ചെല്ലുമായിരുന്നു. അവർ വെറുതെ വന്നിട്ടു പോവുകയല്ല, സുലൈമാനി കുടിച്ച് പനിനീർച്ചെടികൾ വെച്ചുപിടിപ്പിച്ചിട്ടാണു പോയത്!!!

കഴിഞ്ഞവർഷം മാതൃഭൂമി ആഴ്ചപ്പതിപ്പിൽ വന്ന മമ്മൂക്കോയയുടെ ലേഖനത്തിലും വായിച്ചു ഈ വിശേഷം. എനിക്കു മാത്രമായിട്ടുള്ള പ്രത്യക്ഷപ്പെടലുകളെന്ന സ്വകാര്യാഹങ്കാരം പൊട്ടിപ്പാളീസായിരിക്കുന്നു. എനിക്കു കലിവന്നു. സങ്കടം വന്നു. ഛെ, മുഹമ്മദുനബിയുടെ വെറുമൊരു കോപ്പീക്യാറ്റാണൊ ബഷീർ? ഇതുപോലെ മറ്റു പലരേയും സന്ദർശിക്കുന്നുണ്ടാവുമോ? ഇനി വരുമ്പോൾ ചോദിക്കണം.

ഒരൊറ്റപ്പൂവില്ലാത്ത വീട്ടുമുറ്റം നോക്കി നെടുവീർപ്പിട്ടിരിക്കാൻ തുടങ്ങിയതു കഴിഞ്ഞ സെപ്തംബർ മുതലാണ്. വരുമ്പോൾ ചോദിക്കണം, വക്കാണവുമായി വരുന്നതല്ലാതെ എന്റെ വീട്ടിലെന്താണൊരു പനിനീർച്ചെടി നട്ടുപിടിപ്പിക്കാത്തതെന്ന്. സുലൈമാനിക്കു പകരം ടെട്‌ലിമാനി തന്നാൽ കുടിക്കുമോന്ന്. പക്ഷേ, പൊക്കക്കാരനെ കണ്ടിട്ടിപ്പോൾ കുറച്ചായി.

ഈയിടെ വരുന്ന പ്രസിദ്ധീകരണങ്ങളിലൊക്കെ പടവും സ്മരണകളും തിളക്കുന്നുണ്ട്. പത്രമോഫീസുകളിൽനിന്നും പത്രമോഫീസുകളിലേക്കും ലേഖനം എഴുതുന്നവരുടെ ചെവിക്കുപിടിക്കാനും ഓടുന്ന തിരക്കിലാവും. ഞാനാണെങ്കിൽ ജോലിസമയം കഴിഞ്ഞും ജോലിചെയ്താലേ ശരിയാവൂന്നൊരു മണ്ടത്തരത്തിൽ മുങ്ങിയിരിക്കുകയാണ്. വീടെത്തിയാൽ വീട്ടിലുള്ളവരുടെ ഹാജരെടുക്കുകയെന്നൊരു ജോലി മാത്രം മതിയെന്നുവച്ച് മതിമറന്നുറങ്ങും. അതിനിടയ്ക്കാണ് ബഷീറിക്ക ഇങ്ങനെ അലയുന്നത്. ശരി, തിരക്കൊഴിയുമ്പോൾ വീണ്ടും വരുമായിരിക്കും.

വരും വരാതിരിക്കില്ല. ഒരു പീരങ്കിയുടെ ആവശ്യം ഇടയ്ക്കൊക്കെ എന്നിൽ നിറയും. ലോകത്തെ മുഴുവനും ഇടിച്ച് ഇഞ്ചിച്ചാറാക്കണമെന്നൊരു ഹാലിളക്കം കയറുമ്പോൾ ദിവ്യൻ ഷോപ്പിംഗ് മാളിലോ കമ്പ്യൂട്ടർ റൂമിലൊ നിന്നും വിളിക്കും.

-ഉള്ളാടത്തിപ്പാറൂ.

അപ്പോൾ ചോദിക്കണം എന്നാണെനിക്കൊരു പൂങ്കാവനമുണ്ടാക്കി തരുന്നത്? എനിക്കു കാണാനും പുഴുവിനു തിന്നാനുമായി ഇവിടെയും പനിനീർപ്പൂക്കൾ വിരിയേണ്ടെ!

-ഹന്തൊന്ത്!! ■